शिदोरी

अणुवैज्ञानिक म्हणून प्रसिद्ध असणारे सुरेश हावरे
शिर्डीच्या श्री साईसंस्थानच्या विश्वस्त मंडळाचे अध्यक्ष होते
आणि अनेक नवोद्योगांना प्रेरणा देणारे यशस्वी उद्योजकही आहेत.

विज्ञानातील विवेक आणि श्रद्धेतील सेवाभाव यांची
सुयोग्य सांगड घातली की, सत्कार्याला कसे असंख्य धुमारे फुटतात,
याचे त्यांनी घडवलेले दर्शन कल्पक तर आहेच, पण
प्रयत्नवादाला प्रोत्साहक असे पाठबळ देणारेसुद्धा आहे.

गेल्या काही वर्षांत विविध ठिकाणी, निरनिराळ्या प्रसंगी
त्यांनी केलेल्या भाषणांमुळे अनेकांना यशाचा मूलमंत्र गवसला,
कित्येकांना जीवनातील सुखासमाधानाची गुरुकिल्ली मिळाली.
ज्यांनी ज्यांनी ही भाषणे ऐकली, ते ते सारे प्रभावित झाले.
त्या भाषणांमध्ये विखुरलेले संस्कारधन संकलित स्वरूपात
अधिक व्यापक प्रमाणावर उपलब्ध होण्याची गरज जाणवली.
समाजातल्या धडपडणाऱ्या तरुणांना पुढील वाटचालीत
दिलासा देऊ शकेल, अशी ही 'शिदोरी' म्हणूनच प्रसिद्ध झाली होती.

बहुआयामी व्यक्तिमत्त्वाचे सुरेश हावरे यांचे
अनुभवांतून साकारलेले हे प्रेरणादायी बोल.
विधायक वाटेवरच्या असंख्य पांथस्थांना
ही 'शिदोरी' खचितच मोलाची वाटली

आणि म्हणूनच ही दुसरी शिदोरी वाचकांच्या भेटीला येत आहे.

विविध प्रसंगी केलेल्या भाषणांचे दुसरे संकलन

शिदोरी - २

साईसेवेची, उद्योजकतेची व सामाजिकतेची

डॉ. सुरेश हावरे

राजहंस प्रकाशन

शिदोरी - २
साईसेवेची, उद्योजकतेची व सामाजिकतेची
डॉ. सुरेश हावरे

प्रकाशक :
दिलीप माजगावकर
राजहंस प्रकाशन प्रा. लि.,
१०२५, सदाशिव पेठ,
पुणे - ४११ ०३०
फोन : (०२०) २४४७३४५९
फॅक्स : २४४३३७१९
E-mail : rajhansprakashan1@gmail.com
Website : www.rajhansprakashan.com

Shidoree - 2
Saisevechee, Udyojakatechee
va Samajikatechee
Dr. Suresh Haware

२३०५, हावरे इन्फोटेक पार्क,
वाशी स्टेशनसमोर, वाशी, नवी मुंबई.
भ्रमणध्वनी : ९८२१८६३३९७
ई-मेल : md@haware.in

मुखपृष्ठ :
प्रतिमा ऑफसेट

अक्षरजुळणी :
अजित ठोंबरे
प्रतिमा ऑफसेट,
देवगिरी इस्टेट, कोथरूड,
पुणे - ४११०३८.
फोन : २५४६०२१६

आवृत्ती पहिली : सप्टेंबर २०२२

राजहंस क्र. I-04-2022

ISBN No. : 978-93-95483-22-3

कष्टसाध्य जीवन जगण्याची प्रेरणा
प्रत्यक्ष व्यवहारातून ज्यांच्याकडून मिळाली,
ते माझे आईवडील

स्व. लीलाबाई हावरे

व

स्व. दादासाहेब हावरे

यांच्या पावन स्मृतीस समर्पित

मनोगत

'शिदोरी' हे माझं पहिलं पुस्तक २०१९च्या मध्यात राजहंस प्रकाशन, पुणे यांनी प्रकाशित केलं. त्याला महाराष्ट्रातील वाचकांचा भरभरून प्रतिसाद मिळाला. त्याच्या कौतुकाचे अनेक संदेश आले. सुप्रसिद्ध साहित्यिकांच्या चांगल्या प्रतिक्रिया आल्या. विशेष म्हणजे महाराष्ट्र शासनाच्या 'स्व. यशवंतराव चव्हाण राज्य वाङ्मय पुरस्कार' योजनेत माझ्या 'शिदोरी'ला २०१९मध्येच पुरस्कार मिळाला. सन्मानचिन्ह, प्रशस्तिपत्र व एक लाख रुपये रोख असं त्या पुरस्काराचं स्वरूप होतं. 'भाई माधवराव बागल पुरस्कार' - प्रौढ - संकीर्ण (क्रीडासह) असं पुरस्काराचं नामाभिधान आहे. हा माझ्या पुस्तकांपैकी मिळालेला पहिला-वहिला पुरस्कार होय. साहित्यक्षेत्रात त्याची खूप चर्चा झाली. माझ्या पुस्तकाला साहित्यिक मूल्य असल्याची ती पावती होय. आणि तीही शासनातर्फे मिळाली, याचा मला खूप आनंद झाला. पुरस्काराची १ लाख रुपयांची राशी मी 'समरसता साहित्य परिषदेला' देण्याचं ठरवलं व तसा निरोप मी रवींद्र मुळे यांना कळवला. त्यांनी यावर खूप आनंद व्यक्त केला. परिणामी दुसऱ्या शिदोरीची मागणी होऊ लागली, म्हणून हा 'शिदोरी - २' चा प्रपंच!

पहिल्या 'शिदोरी'नंतर काही काळातच कोरोनाच्या संकटानं संपूर्ण जगाला वेठीस धरलं. गेली दोन वर्षं त्यामुळे बरीच पडझड झाली. अनेकांनी आपले स्वजन गमावले. अत्यंत दुःख, वेदना व कष्टात हे दिवस गेले. सर्व आप्त स्वकीयांचं व सर्वांचंच मनोधैर्य टिकवणं त्यात जिकिरीचं झालं होतं. प्रत्यक्ष संपर्क तुटल्यामुळे विचारांचं आदान-प्रदान थांबलं. परंतु डिजिटल जग कामी आलं. वेबिनारचं नवीन जग उदयाला आलं. लॉकडाऊनच्या काळात मनोधैर्य टिकवण्यासाठी त्याचा चांगलाच उपयोग झाला. बऱ्याच वेबिनार्समध्ये मी सहभागी झालो. मी अशी अनेक भाषणं दिली. त्यांतली काही निवडक या दुसऱ्या

'शिदोरी'त आपल्या भेटीला येतील. फेसबुक, यूट्यूब इत्यादी माध्यमांवर ही भाषणं भरपूर वाचली-ऐकली गेली. त्यांच्या श्रोत्यांची संख्या काही लाखांत जाईल. अनेक भाषणं ही उद्योजकतेवर होती, तर काही आध्यात्मिकतेवरही होती. अनेकांचं मनोबल टिकवण्यासाठी त्यांची बरीच मदत झाली.

या शिदोरीचं शब्दांकन करण्यासाठी वैभव भाकरे यांचं मोलाचं सहकार्य लाभलं. छायाचित्रांची जुळवाजुळव करण्यासाठी दीपक काटे यांचं सहकार्य लाभलं. प्रकाशक म्हणून 'राजहंस'च्या दिलीप माजगावकर यांनी लगेच मान्यता देऊन मोठ्या प्रेमानं ही 'शिदोरी-२' आपल्या पुढ्यात टाकली. आनंद हर्डीकर या निष्णात संपादकांचे संस्कार या पुस्तकावर झाल्यामुळे त्याचे संस्कारमूल्य अधिकच वाढले आहे. मी त्यांचा शतश: ऋणी आहे. मुखपृष्ठ प्रतिमा ऑफसेट यांनी केलं. या सर्वांचा मी अत्यंत ऋणी आहे. पहिल्या 'शिदोरी'ला वाचकांनी प्रोत्साहन दिलं नसतं, तर ही ताजी शिदोरी आपल्या हाती लागली नसती. म्हणून या सर्वांचे मन:पूर्वक आभार.

शेवटी माझी पत्नी नलिनी, मुलं अमित व अमर, सुना रिचा व ईशानी आणि नातवंडं आर्यन, आराध्या, अयाना व अथर्व या सर्वांनी प्रेम व सहकार्य दिलं.

- डॉ. सुरेश हावरे

माहितीचं, ज्ञानाचं हे संचित...

शिदोरी म्हणजे संचित. माणसाच्या सोबत असलेली हक्काची मीठ-भाकर. आपल्या आयुष्यातील उत्कट कातर अनुभवांनी दिलेलं शहाणपण. जगण्याच्या प्रवासात आलेल्या घटनांनी दिलेली सार्थ शिकवण, हीसुद्धा शिदोरीच. कधी संदेशाच्या रूपात, कधी आशीर्वादाच्या रूपात.

शिदोरी सोबत घ्यावी लागते किंवा ती सोबत असावी लागते. ती भूक भागवतेच, पण ती तुम्हांला आधार देते, बळ देते, ऊर्जा देते, चैतन्य देते. विचारांची शिदोरी पडताना सावरते, गोंधळताना स्थिर ठेवते, निराशेत मनावर फुंकर मारते आणि अतिविश्वासाच्या, अतिउन्मादाच्या वेळी आपल्याला लगामही घालते. हातांचे पंख करण्याची ताकद शिदोरीत असते, काट्यांकुट्यांतून वाट काढण्याचं शहाणपण शिदोरीत असतं आणि अतिउत्साहात भरारी घेण्याची अतिशयोक्त रिस्क घेताना थोपवण्याचं चतुरपणही शिदोरीत असतं.

डॉ. सुरेश हावरे यांच्या शिदोरी-२ चा अनुभव घेताना लक्षात येते, 'शिदोरी'चं डॉ. हावरे यांच्या जीवनातील अनन्यसाधारण योगदान. हे योगदान जसं शिदोरी सोबत नेणाऱ्याला, तसंच ते 'शिदोरी'चा अक्षर अनुभव घेणाऱ्यालाही. डॉ.हावरे यांनी जणू त्यांची शिदोरी आपल्यासाठी खुली केलीय.

आपणा सर्वांना कल्पना आहे, की डॉ. सुरेश हावरे हे वैज्ञानिक दृष्टिकोन असलेले, काही काळ केंद्र सरकारच्या अणुविज्ञान विभागात अणुशास्त्रज्ञ म्हणून कार्यरत असलेले आणि नंतर बांधकाम व्यवसायात उतरलेले यशस्वी उद्योजक आहेत. पण त्यांची ही ओळख पाण्यावर दिसणाऱ्या बर्फाच्या एक अष्टमांश भागासारखी आहे. त्यांचा चेहरा सतत हसतमुख असतो, तो त्यांच्या मनातील सकारात्मक विचारसरणीमुळे आणि त्यांच्या डोळ्यांतील आत्मविश्वास अनेक संस्था, अनेक माणसं, अनेक उपक्रम यांतील अनुभवांमुळे सिद्ध पावलेला असा आहे.

शिदोरी-२ मध्ये त्यांच्या संपर्कातल्या अनेक हृदयस्थ संस्था आणि माणसांचे उल्लेख आणि विचार यांचा परिचय आपल्याला होतो आणि लक्षात येतं, की या एका उद्योगपतींच्या मागे, त्याला आकार देणाऱ्या कैक वर्षांच्या जनसंपर्काचं संचित आहे. हिमनगाचा उरलेला सात अष्टमांश भाग या शिदोरी-२ मध्ये समोर येतो.

शिदोरी-१ ला गौरवताना बाबासाहेब पुरंदरे यांनी अत्यंत गोड शब्दांत त्याचं वर्णन केलं होतं, की 'ही शिदोरी आहे, यात पंचपक्वान्नं नाहीत. ही साधी मीठभाकरी. पण ती खमंग आहे.' किती सार्थ वर्णन आहे हे! या कौतुकाचा एक अंतस्थ अर्थ आहे, की हे काही थोर, जड आणि अलौकिक तत्त्वज्ञान नाही. हे आपल्या नेहमीच्या व्यवहारातील आणि अतिउपयुक्त असे आचरण्याचे विचार आहेत. भाषाशैली, शब्दकळा, अलंकार या बाहेरच्या शोभादायक गोष्टींनी सजवलेलं हे संचित नाही; तर तुमच्या-आमच्या रोजच्या जीवनात येतील अशा अनुभवांना सामोरं जाताना हातात असावी अशी ही विजेरी आहे. मनात येईल तेव्हा बटण दाबा आणि प्रकाश मिळवा. आणि हो, हा प्रकाश सारा परिसर उजळवून टाकणारा नसेल, तो फक्त तुमच्या वाटेवरचा वाटेपुरता प्रकाश असेल, ज्यामुळे खरोखरच्या अंधारात तुम्हांला वाट दिसू शकेल. पायांखालचे खाचखळगे तुमच्या लक्षात आणेल.

काय आहे शिदोरी-२?

'शिदोरी-२' म्हणजे डॉ. हावरे यांनी विविध ठिकाणी व्यक्त केलेले आपले मुक्त विचार. काही भाषणं. काही मुलाखती. एकेका समारंभाच्या निमित्तानं केलेलं मुक्त चिंतन. मात्र या 'मुक्त' चिंतनाला, त्यांना मिळालेल्या शिकवणीची शिस्तबद्ध मर्यादा आहे. एक निश्चित काटेकोर चौकट आहे आणि ती आहे, आपला देश, आपला समाज, आपलं कुटुंब आणि आपले सुहृद यांना धरून ठेवणारी आपली संस्कृती. त्यात देशप्रेम येतं, त्यात मातृभूमीचं प्रेम येतं, त्यात आपली आई येते, आपली मंदिरं येतात, जगण्यासाठी करावयाचे उद्योग येतात. नोकऱ्या येतात आणि समृद्ध जगण्याच्या दिशेनं केलेली वाटचाल येते. म्हटलं, तर या एका अनुभवी माणसानं त्याच्या आप्तेष्टांशी मारलेल्या छान गप्पा आहेत; पण गप्पा सांगता सांगता, शेवटी साररूपानं एक छोटंसं तत्त्वज्ञान सांगणारे शिक्षकही डॉ. हावरे यांच्या रूपानं मला इथे दिसतात.

शिदोरी-२ चं स्वरूपच मुळी एखाद्या प्रसंगाच्या निमित्तानं केलेलं आप्तेष्टांशी हितगूज असंच आहे. डॉ. सुरेश हावरे जरी मंचावरून संबोधित करीत असले, तरी त्यांचा आव वक्त्याचा नाही, तर कानगोष्टी करणाऱ्या जवळच्या नातेवाइकाचा

आहे. मोठ्या भावाचा, वडीलधाऱ्या माणसाचा आणि ज्याचं सारं रसाळ बोलणं ऐकत राहावं, असं वाटतं, अशा एका संवादचतुर अवलियाचा आहे. या पुस्तकाची भाषा प्रवाही असण्यामागे हे एकच कारण आहे, की जे ओठांवर आलं, ते गोष्टी सांगत, किस्से सांगत आणि काही प्रसंगी विनोद सांगत 'यें हृदयीचें तें हृदयीं' उतरवण्याचं डॉ. हावरे यांनी जे व्रत घेतलंय, त्या व्रताची ही 'संवाद-अट' आहे. एखाद्या कीर्तनकाराचं प्रवचन ऐकता ऐकता आपण त्यात गुंगून जातो, तशी डॉ. हावरे यांची ही शिदोरी एकदा उघडली, की पानांमागून पानं आपण उलटत जातो आणि त्यांच्या वाणीतून उतरलेले अभ्यासाचे बोल आपण लिखित अक्षरांतून वेचीत राहतो. कुठेही न कंटाळता, न थांबता ही सारी शिदोरी मट्ट करण्यामागचं कारण एकच. ही शिदोरी 'खमंग' आहे. एक प्रकारची सकारात्मक, आशादायी, यशस्वितादायक, अनुकरण-प्रेयक अशी ही शिदोरी ही हावरे यांच्या व्यक्तिमत्त्वामागची जिवंत ऊर्जा आहे.

भाषा सरळसोपी; पण भगवद्गीतेपासून, ज्ञानेश्वरीपासून थॉमस एडिसन, सर्वपल्ली राधाकृष्णन, गांधीजी, अल्बर्ट आइन्स्टाइन, आल्फ्रेड नोबेल अशा थोरामोठ्यांच्या विचारांचं, सर्वांना समजेल असं तत्त्वज्ञान डॉ. सुरेश हावरे सोपं सोपं करून सांगतात. त्यांच्या समोर बसलेला श्रोतृवर्ग कोणता आहे, याचं त्यांना भान तर आहेच, पण त्यांना जे श्रोत्यांच्या काळजांत पेरायचं आहे, तेही निश्चित आहे. मला जे ठाऊक झालं आहे, ते मी लोकांना सांगायला हवं, हा भ्रातृभाव येथे आहे. 'शहाणे करून सोडावे सकळजन' हे समर्थांनी सांगितलेलं ब्रीद डॉ. हावरे यांच्या या 'शिदोरी'त आहे.

आणि पाहा, या शिदोरीचं विषय किती वेगळे?

मंदिरांचं व्यवस्थापन, घनकचरा व्यवस्थापन, सेवकांचं संमेलन, मंदिरांच्या गावांची स्वच्छता, पर्यावरण, स्टार्टअप उद्योग, रक्तदान, नशीब आणि दैव, गांधीजी समजून घेताना, नॅनो हाऊसिंग, मातृशक्तीचं जागरण, जगावं कसं, मरावं कसं? संकटातून संधीकडे, नोकऱ्या देणारे व्हा, लॉकडाऊननंतरचा उद्योग, राष्ट्राच्या उन्नतीत मंदिरांचं योगदान...

डॉ. सुरेश हावरे यांच्या 'शिदोरी-२' चं वेगळेपण जसं त्यांच्या संवादशैलीत आहे, तसंच त्यांनी निवडलेल्या या विषयांत आहे. एक प्रकारची उत्सुकता किंवा कुतूहल वाटावं, असे हे विषय आहेत. आणि त्यावर हसत खेळत, भाष्य करणारे डॉ. हावरे ही या शिदोरीमागची खरी गंमत आहे.

(मी हे पुस्तक वाचायला घेतलं, त्यावेळी हे डॉ. हावरे यांचं आत्मवृत्त असेल म्हणून सरसावून बसलो; पण नंतर हे समजल्यावर, की ही त्यांची काही गाजलेली भाषणं वा मुलाखती आहेत, मी न थांबता वाचतच सुटलो!)

साहित्यिकाची वा संतमहात्म्यांची वाणी नसली, तरी डॉ.सुरेश हावरे यांच्या वक्तव्यात काही सुभाषितवजा वाक्यंही आलीत. 'समाजाला देवाची गरज आहे', 'संपूर्ण वनराई आपली माता आहे', 'वेदना समजून घेण्यासाठी आपल्या मनातील संवेदना जाग्या असणं गरजेचं आहे', 'पाण्यात भक्ती मिसळली, की त्याचं तीर्थ होतं; गाण्यात भक्ती मिसळली, की त्याची आरती होते आणि कामात भक्ती मिसळली, कि त्याची सेवा होते.' 'आपल्या कमाईचा जोपर्यंत समाजाला उपयोग होत नाही, तोपर्यंत त्या कमाईला काही अर्थ नाही', 'विज्ञानापलीकडे काही तरी आहे, 'मंदिरांची संपत्ती ही राष्ट्राची संपत्ती आहे' अशी कैक विधानं, जी त्यांच्या निरंतर चिंतनातून आलेली आहेत. साध्या भाषेतलं थोर सांगणं असं याचं वर्णन करता येईल.

तर अशी ही शिदोरी.

ऊर्जेनं भरलेली, सकारांनी गजबजलेली, आत्मविश्वासानं सजवलेली आणि बंधुभावनेनं बहरलेली. विचारांची भूक लागलेल्यांना पोटभर देणारी. डॉ. सुरेश हावरे हे सामान्य माणसाच्या नजरेतून जगाच्या व्यवहाराकडे पाहतात आणि सामान्यांना हवी ती विचारधारा मांडतात.

शिदोरी, दिसायला छोटीशी असते. साध्या भांड्यात, साध्या कपड्यात वा कापडी पिशवीत असते. पण भुकेच्या वेळी तिची अपरिहार्यता कळते. त्या शिदोरीनंच आपली भूक भागते नि पुढच्या प्रवासाला आपण सिद्ध होतो. सोबत शिदोरी असणं हे यशस्वी प्रवासाचं लख्ख लक्षण.

डॉ. हावरे यांची ही शिदोरी, अशीच पोटभर विचार भरवणारी आणि मनातल्या काही प्रश्नांची भूक भागवणारी. उद्योग करणारे, शेती करणारे, अध्ययन करणारे, व्यवसायात मागे पडलेले, नवा उद्योग सुरू करण्याच्या विचारात असलेले, एकूण या आयुष्याचं काय करायचं असा जटिल प्रश्न असणारे, पुस्तकांपासून दूर असलेले, आई हरवलेले, आईचा हात सोडलेले, केवळ दैवावर विश्वास ठेवणारे, नशिबाला दोष देणारे, आपल्याकडे काही नाही अशी भावना मनात बाळगणारे - साऱ्यांच्या प्रश्नांची भूक ही शिदोरी भागवते. अगदी छान भागवते. पोट भरल्यावर ढेकर द्यावा, तसं हे पुस्तक हातावेगळं करताना वाटतं. कोणीही वाचावं आणि हा अनुभव घ्यावा!

आणि हो, या पुस्तकाचं पान न् पान उलगडताना, डॉ. सुरेश हावरे यांचा तेजानं भरलेला, मदतीच्या भावनेनं कृपामय झालेला, साऱ्या बांधवांसाठी उत्कर्षाचं, उद्धाराचं पसायदान मागणारा 'हसतमुख चेहरा' दिसत राहतो, ही या विचारांची एक उजवी बाजू आहे.

माहितीचे, ज्ञानाचे हे संचित
अक्षररूपे उजळले हे ऊर्जादीप
कुठल्याही प्रवासाला निघा चला
'शिदोरी' देईल पायांना नवा हुरूप...

डॉ. सुरेश हावरे यांना नव्या शिदोऱ्यांसाठी पुन्हा पुन्हा मंचावर येण्याच्या शुभेच्छा!

– अरुण म्हात्रे

अनुक्रमणिका

शिदोरी साईसेवेची

शिदोरी उद्योजकतेची

शिदोरी सामाजिकतेची

शिदोरी साईसेवेची

“

“जगावं कसं, याचा विचार केलाच पाहिजे; पण मरावं कसं, याचाही विचार करायला हवा. आपल्या कमाईचा जोपर्यंत समाजाला उपयोग होत नाही, तोपर्यंत त्या कमाईला अर्थ नाही. जे काही तुमच्याकडे आहे, ते समाजाचं आहे, ते समाजाकडे जायला हवं, हा भाव तुमच्या मनात निर्माण व्हायला पाहिजे. संपत्तीवर तुमचा अधिकार नसून तुम्ही केवळ विश्वस्त मात्र आहात. हा विश्वस्तभाव प्रत्येकाच्या मनामध्ये असण्याची आज समाजाला गरज आहे.”

❋ ❋ ❋

“श्री साईबाबा शिर्डी संस्थानातील माझा कार्यकाळ खूप धावपळीचा होता. समाधीच्या शताब्दीचा कालावधी होता. त्या कालावधीत ही संधी मला मिळणं हा बाबांचा मला मिळालेला मोठा आशीर्वाद आहे, असं मला वाटतं. राष्ट्रपती, उपराष्ट्रपती, पंतप्रधान, अनेक दिग्गज नेते, सुप्रसिद्ध कलाकार, मोठे व्यावसायिक शिर्डीत आले आणि साईचरणी नतमस्तक झाले.
अविस्मरणीय असा हा कालावधी होता.”

”

सेवातीर्थ : माऊली सेवा प्रतिष्ठान

सेवेसाठी पैशांची आवश्यकता नसते. स्वतःचं संकुचित जीवन सोडण्याची आणि गरिबांशी एकरूप होण्याची गरज असते.

– विनोबा भावे

माऊली सेवा प्रतिष्ठानचे प्रमुख डॉ. राजेंद्र धामणे, त्यांच्या पत्नी सुचेता धामणे, इथे कार्यक्रमाला उपस्थित डॉ. राजेंद्र फडके, इलाताई भाटे, शिवाजीराव गोंदकर, माऊली सेवा प्रतिष्ठान परिवाराचे अन्य सदस्य, मान्यवर आणि बंधु-भगिनींनो,

इथे येऊन एका सेवातीर्थाला भेट देण्याचा योग माझ्या नशिबात आला असल्याचं मला वाटत आहे. या केंद्राला भेट देताना मनात जी भावना निर्माण झाली, त्या भावनेचं वर्णन एका शब्दात करायचं झाल्यास, मी सांगेन की खूप वेदना झाल्या. आपण वेदना समजू शकतो, जाणू शकतो. वेद आपल्याला माहीत आहेत, तुमच्यापैकी काहींनी वेद वाचलेदेखील असतील. बाबा आमटे यांचं एक सुंदर वाक्य कायम माझ्या स्मरणात असतं. त्यांनी म्हटलं होतं, की 'जे वेद सांगत नाहीत, ते वेदना सांगते. या वेदना समजून घेण्यासाठी आपल्या मनातील संवेदना जाग्या असणं गरजेचं आहे.' हे संवेदना जागं करणारं ठिकाण आहे. हे एक सेवातीर्थ आहे, असं मला वाटतं.

सेवा म्हणजे काय, हे आपण समजून घेतलं पाहिजे. शिर्डी संस्थानच्या अध्यक्षपदी नेमणूक झाल्यावर पहिल्यांदाच माझा धार्मिक संस्थेशी संबंध आला. तेव्हा मला असा प्रश्न पडला, की पाणी आणि तीर्थामध्ये काय फरक आहे? मी वैज्ञानिक असल्यामुळे प्रत्येक गोष्टीकडे विश्लेषणात्मक दृष्टिकोनातून पाहण्याची मला सवय आहे. या पाणी आणि तीर्थाचं विश्लेषण केल्यास दोन्हीमधून आपल्याला H_2O मिळेल. मग एकाला तीर्थ आणि दुसऱ्याला पाणी का म्हणावं? अन्न आणि प्रसाद यामध्ये काय फरक आहे? गाणं आणि आरती यामध्ये काय फरक आहे?

आपण हा फरक समजून घेतला, तर आपल्याला काम आणि सेवा यातील फरक समजून येईल.

आजचं जे शिल्प आहे, ते मातृभक्तीचं शिल्प असल्याची भावना माझ्या मनात येत आहे. या ठिकाणी भक्तीचा वास असल्याची जाण या शिल्पातून होते. डॉ. धामणे जेव्हा मला प्रथम भेटायला आले, तेव्हा त्यांची राहणी, बोलणं, व्यवहार साधा असल्याचं मला जाणवलं. आयुष्यात अनेक साध्या लोकांना भेटलो आहे आणि माझ्या मनात एक गोष्ट पक्की आहे, की मोठी माणसं ही नेहमी साधी असतात. ते किती मोठे आहेत, हे इथे येऊन मला कळलं आहे. साईबाबांचा आशीर्वाद सदैव त्यांच्या पाठीशी राहो, अशी मी साईचरणी प्रार्थना करतो.

परंतु समाजाची शक्तीदेखील त्यांच्या पाठीशी उभी राहायला पाहिजे. विज्ञानामध्ये एक प्रश्न विचारला जातो, की तुम्ही अंधार पाहू शकता का? (Can you see the darkness?) अंधाराला अस्तित्व आहे का? तर विज्ञान याचं उत्तर देतं, की (There is nothing like darkness.) अंधार नावाची गोष्ट अस्तित्वात नाही. प्रकाशाचा अभाव हाच अंधकार असतो. समाजात जो काही अंधकार आहे, तो

माऊली सेवा प्रतिष्ठान

माऊली सेवा प्रतिष्ठान ही अहमदनगर जिल्ह्यातील उत्तम कार्य करणारी एक संस्था. या संस्थेमार्फत मुख्यत: मनोरुग्ण, बेघर, अनाथ महिलांना आधार देऊन त्यांना मायेची सावली देण्याचं काम डॉ. राजेंद्र धामणे आणि डॉ. सुचेता धामणे हे दांपत्य गेली अनेक वर्षं करत आहे. कुटुंबानं सोडलेल्या, समाजानं प्रताडित केलेल्या, समाजाचे अनन्वित अत्याचार सहन केलेल्या महिला मनोरुग्णांसाठी ही संस्था कार्य करते. बेघर अनाथ मनोरुग्ण भान हरपलेल्या आणि समाजानं नाकारलेल्या अशा माणसांना रस्त्यावरून उचलून आणून, त्यांना आपलं मानून, स्वत:च्या पायांवर उभं करून, समाजाच्या प्रवाहात आणून, त्यांना माणुसकीचा ओलावा देण्याचं काम 'माऊली सेवा प्रतिष्ठान'च्या वतीनं केलं जात आहे. मनोरुग्ण महिलांची सेवा करून, त्यांच्यावर उपचार करून थोडं ठीकठाक झाल्यावर त्यांची विचारपूस करून अशा महिलांना त्यांच्या घरी सोडलं जातं. काही वेळा घरच्यांनी अशा रुग्णांना स्वीकारण्यास नकार दिला, तर संस्थेमार्फत त्यांची राहण्याची आणि खाण्यापिण्याची व्यवस्था केली जाते. रस्त्यावर जीवन जगणाऱ्या रंजल्या-गांजलेल्यांना उभं राहण्यासाठी हात देणाऱ्या 'माऊली सेवा प्रतिष्ठान'चं कार्य अलौकिक असंच आहे.

सेवा म्हणजे तीर्थ

पाण्यामध्ये भक्ती ओतली, की त्या पाण्याचं रूपांतर तीर्थात होतं. जेव्हा अन्नात भक्ती ओतली जाते, तेव्हा त्याचा प्रसाद होतो आणि जेव्हा गाण्यात भक्ती ओतली जाते, तेव्हा त्याची आरती होते; ते सामान्य गाणं राहत नाही. तसेच कामामध्ये जेव्हा भक्ती ओतली जाते, तेव्हा ती सेवा होते; ते काम राहत नाही. मंदिरात गेल्यावर कोणीही 'मला पेलाभर तीर्थ द्या', अशी मागणी करीत नाही. एक चमचाभर तीर्थच पुरेसं असतं. त्याचप्रमाणे कणभर सेवादेखील मणभर कामाप्रमाणे असते. सेवा ही तीर्थासारखी असते. ती थोड्या प्रमाणातदेखील पुरेशी असते.

प्रकाशाच्या अभावामुळे निर्माण झाला आहे. ज्या दिवशी प्रकाश वाढेल, त्या दिवशी समाजातील अंधकार नष्ट होईल. त्यासाठी डॉ. धामणे यांच्यासारख्या प्रकाशमान माणसांची संख्या वाढण्याची आवश्यकता आहे.

डॉ. धामणे यांच्या कामाला शुभेच्छा देताना माझ्या मनात कालवाकालव होते आहे. त्यांच्या कामाला शुभेच्छा देण्याचा नेमका अर्थ काय? तर त्यांचं काम निरंतर वाढत राहावं, त्यांचं काम वाढणार म्हणजे समाजातील अंधकार वाढत राहणार. डॉ. धामणे यांचं काम एके दिवशी बंद झालं पाहिजे, हीच त्यांच्या कामाला शुभेच्छा असू शकते. जेव्हा समाजातला अंधकार दूर होईल, तेव्हाच त्यांचं काम बंद होईल.

प्रमोद महाजन यांनी सांगितलेली एक गोष्ट मला नेहमी आठवते. त्यांनी म्हटलं होतं, की एकदा एका माणसानं एका नदीला विचारलं, 'अगं, तू समुद्राला जाऊन मिळतेस, समुद्राचं पाणी खारं आहे. तू त्याच्याकडे कितीही वेगानं गेलीस तरी ते पाणी काही गोड होणार नाही, मग तू कशाला समुद्राकडे जातेस?' नदीनं उत्तर दिलं, 'हे माझं काम आहे, ते मी करीत राहणार, समुद्रात गोडवा निर्माण करण्याचं माझं काम आहे आणि ते मी करीत राहणार'. तो माणूस म्हणाला, 'हे अशक्य आहे, असं कधीच होणार नाही, जगातील सर्व नद्या हजारो-लाखो वर्षांपासून समुद्राला जाऊन मिळत आहेत, तरी त्या समुद्राचं पाणी काही गोड करू शकल्या नाहीत', तर त्या नदीनं उत्तर दिलं, की 'समुद्र हा त्याचं काम करतो आणि मी माझं काम करतेय, परंतु समुद्राचं पाणी गोड होत नाही, तोपर्यंत मी वाहत राहणार, हा माझा संकल्प आहे.'

मित्रहो, हाच संकल्प डॉ. राजेंद्र धामणे, सुचेता धामणे यांच्यासारख्या लोकांचा आहे. सुदृढ समाजासाठी अशा या नद्या मोठ्या प्रमाणात वाहिल्या

पाहिजेत. तेव्हाच समुद्राचं पाणी गोड होऊ शकेल. अशा नद्यांना आपल्या-सारख्या लोकांनी मदत करण्याची आवश्यकता आहे. माणूस नेहमी कसं जगावं, या विचारात नेहमी असतो. पण मरावं कसं, याचाही आपल्याला विचार करण्याची गरज आहे. अशा एका व्यक्तीबद्दल मी तुम्हांला सांगतो. तो भरपूर जगला, भरपूर पैसा कमावला. आणि नंतर त्याच्या मनात विचार येऊ लागला, की आपण जीवनाचा सर्व आनंद उपभोगला, आता मरावं कसं?

त्या माणसानं डायनामाइटचा शोध लावला होता. ट्रायनायट्रोटोल्यूइन (Tri Nitro Toluene) हे एक स्फोटक होतं. ती व्यक्ती एक शास्त्रज्ञ होती, तिचं नाव होतं अल्फ्रेड नोबेल. जगभरात प्रतिष्ठेचं मानलं जाणारं नोबेल पारितोषिकं हे अल्फ्रेड नोबेलच्या नावानं विविध क्षेत्रांत उत्कृष्ट कामगिरी करणाऱ्या लोकांना दिलं जातं. त्यानं मृत्युपत्राद्वारे ठेवलेल्या निधीच्या व्याजातून ही पारितोषिकं दिली जातात. अशा प्रकारे त्यानं आपली ओळख बदलण्याचं काम केलं. म्हणून मित्रहो, जगावं कसं, याचा विचार केलाच पाहिजे; पण मरावं कसं, याचाही विचार करायला हवा. आपल्या कमाईचा जोपर्यंत समाजाला उपयोग होत नाही, तोपर्यंत त्या कमाईला अर्थ नाही. जे काही तुमच्याकडे आहे, ते समाजाचं आहे, ते समाजाकडे जायला हवं, हा भाव तुमच्या मनात निर्माण व्हायला पाहिजे. संपत्तीवर तुमचा अधिकार नसून तुम्ही केवळ विश्वस्त मात्र आहात. हा विश्वस्तभाव प्रत्येकाच्या मनामध्ये असण्याची आज समाजाला गरज आहे.

मला एका सेवातीर्थाला भेट देण्याचा योग आला. समाजात अशा प्रकारचासुद्धा अंधकार आहे, हे जाणून घेण्याचा योग आला. डॉ. राजेंद्र धामणे आणि सुचेता धामणे यांचा मी ऋणी आहे. आपल्या कामामध्ये साईबाबा संस्थानाकडून आणि माझ्याकडून वैयक्तिकरित्या जी काही मदत आवश्यक असेल, ती करण्याचा पूर्ण प्रयत्न करीन, हा शब्द मी तुम्हांला देतो. धन्यवाद!

■

(जिल्हा नगर येथील शिंगवे-नाईक या गावी,
'माऊली सेवा प्रतिष्ठान'च्या वार्षिक संमेलनातील भाषण,
दि. २१ ऑगस्ट २०१९.)

समारोपाचा रामराम

मागून नेतृत्व करणं आणि इतरांना समोर ठेवणं चांगलं आहे. विशेषत: जेव्हा छान गोष्टी घडतात, तेव्हा तुम्ही विजय साजरा करता. धोका असतो, तेव्हा तुम्ही आघाडीवर असता. तेव्हाच लोक तुमच्या नेतृत्वाची प्रशंसा करतील.

– नेल्सन मंडेला

शिर्डीच्या नगराध्यक्ष अर्चनाताई कोते, डॉ. प्रबोध जोशी, उपस्थित सर्व मान्यवर, माझे सहकारी शिवाजीराजे शिंदे, शिवाजीराजे गोंदकर, उपस्थित सर्व शिर्डीकर मान्यवर बंधुभगिनींनो, आज मला खरोखर गहिवरून आलेलं आहे. मी काम सुरू केल्यांनतर पहिल्यांदा माझा सत्कार माझ्या गावी झाला. पथ्रोट नावाचं अमरावती जिल्ह्यातील छोटंसं गाव आहे १० हजार लोकसंख्येचं आणि आज तुम्ही इथे सत्कार केला आहे. शिर्डी संस्थानच्या कामाच्या निमित्तानं अनेक ठिकाणी जाण्याचा योग आला, अनेकांना भेटण्याची संधी मिळाली. पण तुमच्याकडून आज जेवढं प्रेम मिळालं, तेवढं इतर कुठेही मिळालं नाही आणि हा सत्कार मला अत्यंत प्रिय आहे.

कामाचं नियोजन : जेव्हा मी इथे पहिल्यांदा आलो, तेव्हा पत्रकार परिषदेत एका पत्रकारानं मला प्रश्न विचारला, की 'साहेब, तुमच्यामागे इतकी कामं आहेत, तुम्ही इतके व्यस्त असता, तर शिर्डी संस्थानाला वेळ कसा देणार, कसं काम करणार?' तेव्हा मी जे उत्तर दिलं, ते अजूनही माझ्या स्मरणात आहे. त्याचप्रमाणे काल एका पत्रकारानं त्याची उजळणीही मला करून दिली. मी उत्तर दिलं होतं, की 'जो दहा कामं करू शकतो, तो अकरावं कामदेखील करू शकतो; पण जो काहीच काम करीत नाही, तो काहीच करू शकत नाही'.

शिर्डीकरांना मी खूप जवळून पाहिलं, अनुभवलं. या लोकांसारखी प्रेमळ माणसं नाहीत. यांचं प्रेम आणि विरोध हे दोन्ही मनापासून असतात. सार्वजनिक जबाबदारीच्या भावनेतून आपण काम करतो, म्हणून काम करताना कोणतीही गोष्ट मी वैयक्तिक करून घेतली नाही. तो सारा सार्वजनिक जीवनाचा एक भाग असतो. माझ्या मनात कोणतीच कटुता नाही आणि कुठलाच कटू प्रसंग मी मनात ठेवलेला नाही. मी मन मोकळं करून येथून जात आहे.

माझ्या ध्यानीमनी नसताना साईंची सेवा करण्याची मला संधी मिळणं हा माझ्या जीवनातील सर्वांत मोठा ईश्वरी आशीर्वाद आहे. मी शिर्डीला सहसा येत नव्हतो. पण गेल्या चार वर्षांत शिर्डीशिवाय मी कुठेही गेलेलो नाही. साईंचा विचार मी जास्त करीत नव्हतो. पण गेल्या चार वर्षांत साईंशिवाय दुसरा कुठला विचार मी केलेला नाही. मी कुठेही असलो, तरी पावलांना केवळ शिर्डीचीच ओढ लागलेली असायची. कधी कधी तर महिन्यातून पाच वेळा मी शिर्डीला आलो आहे. आल्यावर तीन ते चार दिवस मुक्कामही केला आहे.

जेव्हा मी इथे पहिल्यांदा आलो, तेव्हा पत्रकार परिषदेत एका पत्रकारानं मला प्रश्न विचारला, की 'साहेब, तुमच्यामागे इतकी कामं आहेत, तुम्ही इतके व्यस्त असता, तर शिर्डी संस्थानाला वेळ कसा देणार, कसं काम करणार?' तेव्हा मी जे उत्तर दिलं, ते अजूनही माझ्या स्मरणात आहे. त्याचप्रमाणे काल एका पत्रकारानं त्याची उजळणीही मला करून दिली. मी उत्तर दिलं होतं, की 'जो दहा कामं करू शकतो, तो अकरावं कामदेखील करू शकतो, पण जो काहीच काम करीत नाही, तो काहीच करू शकत नाही.' माझी इतर दहा कामं मी गेल्या तीन वर्षांत विसरून गेलो. अकरावं जे काम होतं, तेच मी करीत राहिलो. इतर कामांची जबाबदारी माझ्या मुलांवर पडली आणि त्यातूनच त्या कामांना ते उत्तमरित्या सरावले. मुलं कर्तबगार झाली.

शिर्डीमध्ये आल्यानंतर भक्तकेंद्रित काम करावं, एकाही पैशाचा अपहार वा गैरव्यवहार होणार नाही, असं मी सांगितलेलं होतं. पारदर्शी आणि पथदर्शी काम करावं, असं मी पहिल्या दिवसापासूनच ठरवलं होतं. त्यामुळे त्या दिशेनंच काम करण्याचा प्रयत्न केला. काही कामांत मी अपयशी झालो असेन, काही कामांत यशस्वी झालो असेन. पण जे काही काम करू शकलो, ते बाबांच्या कृपेमुळे करू शकलो; जे काम राहून गेलं, ती माझी त्रुटी आहे.

बाबांच्या कृपेमुळे 'दर्शन रांग' हा प्रकल्प उभा झाला, तो लवकरच पूर्ण होईल. शैक्षणिक संकुलाचा प्रकल्प उभा राहिला आहे. हा एक भव्य प्रकल्प आहे. आतापर्यंत येथील शाळा, महाविद्यालय धर्मशाळेत चालत होतं. पण आता ते मोठ्या दिमाखात चालेल. मी जेव्हा पहिला कार्यक्रम विद्यार्थ्यांसोबत केला, तेव्हा

तो जागेच्या अभावी एका कॉरिडॉरमध्ये आयोजित करण्यात आला होता. मुलांना सकाळची प्रार्थना करायला जागा नाही. विद्यार्थ्यांसोबत कार्यक्रम करायचा असला, तर रस्त्यावर विद्यार्थ्यांना बसवावं लागतं आहे, अशी परिस्थिती होती. तेव्हाच माझा निर्णय झाला, की विद्यार्थ्यांसाठी एक स्वतंत्र संकुल उभारायला हवं. हे दोन्ही प्रकल्प सुरू झाले आहेत.

सौरऊर्जा प्रकल्प, घन कचरा प्रकल्प मार्गी लागेल, अशा परिस्थितीत आहेत. साई नॉलेज पार्क मार्गस्थ आहे. त्यात कृत्रिम तारांगण, साईसृष्टी, मेणाच्या पुतळ्यांचं संग्रहालय आहे, साईमहिमा होलोग्राफिक शो मार्गस्थ आहे. अनेक वर्षांपासून प्रलंबित असलेलं सीनिअर कॉलेज आपण सुरू करू शकलो, याचं समाधान आहे. अनेक वर्षांपासून प्रलंबित असलेलं आकाशवाणीचं केंद्र शिर्डीला आलेलं आहे. त्यावर शिर्डीतील कार्यक्रम होऊ लागले, तर त्याचा अधिक उपयोग होईल, असं मला वाटतं. सध्या ते नगरवरून प्रसारित केलं जातं, शिर्डीतील आरत्याच त्यामध्ये होतात. शिर्डीतील बातम्या, सांस्कृतिक कार्यक्रम त्यामध्ये यायला हवेत, तर त्याचा अधिक उपयोग होईल, असं मला वाटतं.

साईभक्तांना अनेक सुविधा देण्याचा प्रयत्न तुम्हा सर्वांच्या सहकार्यानं मी केला. पादुकादर्शनाचा आपला सर्वांत मोठा कार्यक्रम होता. भारतभर साईबाबांच्या पादुका पोहोचल्या, त्यामुळे ठिकठिकाणचे भक्त सुखावले. अनेक ठिकाणी साईंच्या पादुकांचं दर्शन घेण्यासाठी किलोमीटरच्या रांगा लागल्या होत्या. आतापर्यंत आपण साईबाबांकडे जात होतो; पण आज साईबाबाच आपल्याजवळ आले आहेत, अशी भावना देशभरातील भक्तांच्या मनात आली. या पादुका विदेशात घेऊन जाण्याचा आमचा प्रयत्न होता. अनेक देशांतून यासाठी मागणीही आली होती. त्यासाठी कार्यक्रमदेखील ठरले होते; मात्र काही अडचणींमुळे ते होऊ शकले नाहीत, याची खंतही माझ्या मनात आहे.

शिर्डीकरांकडून मिळालेलं प्रेम ही आठवण, साठवण म्हणून माझ्या मनात ठेवणार आहे. तुमच्या प्रेमाची लागलेली ओढ मला शिर्डीकडे खेचून घेऊन येणार आहे. माझा चार वर्षांचा कार्यकाळ जुलै महिन्यातच पूर्ण झाला, परंतु माझ्या ठिकाणी नवनियुक्ती होईपर्यंत तो चालू राहतो. त्यामुळे तांत्रिकदृष्ट्या जोपर्यंत नवनियुक्ती होत नाही, तोपर्यंत कार्यकाळ सुरू आहे.

या कालावधीत अनेक अनुभव आले. त्यांतील एक अनुभव मी तुम्हांला सांगणार आहे. या अनुभवामुळे माझ्यातील वैज्ञानिक जरासा हलला. तेव्हा पहिल्यांदा मला असं वाटलं, की विज्ञानापलीकडे काहीतरी आहे. अनेकांना मंदिरामध्ये मी भेटलो. त्यांतील एका व्यक्तीनं सांगितलं, की ते दुर्धर आजारानं ग्रासले होते. त्यांना डॉक्टरांनी सांगितलं, की 'आमचे सर्व प्रयत्न खुंटले आहेत.

आमचं विज्ञान तोकडं पडतं आहे. यापलीकडे उपचारच करता येणार नाहीत. जेवढे शक्य होते, तेवढे उपचार करून झालेत. आता केवळ वाट पाहायची आहे, तुम्ही घरी जा, मुलाबाळांसोबत राहा. नातेवाइकांना भेटा, इस्टेटीची काही वाटणी राहिली असेल, तर ती करा'. मग त्या व्यक्तीनं सांगितलं, की 'मी शिर्डीत बाबांच्या दरबारात आलो. सारखा येत राहिलो. प्रार्थना करीत राहिलो. आता त्या गोष्टीला १५ वर्षं झाली आणि आज मला कोणताच आजार नाही. मी चांगला धडधाकट आहे.' तेव्हा विज्ञानाला स्वत:च्या काही मर्यादा आहेत, याची मला प्रचिती झाली.

मी याबाबत अधिक विचार करायला लागलो. व्हायरल फीवर म्हणजे विषाणुजन्य तापाच्या आजारावर कोणताही उपचार वैद्यकीय विज्ञानात नाही. केवळ रोगसूचक उपचार रुग्णांवर केले जातात. ताप आल्यास तापाची गोळी, खोकला असल्यास खोकल्याची गोळी. व्हायरल फीवरसाठी औषधच नाही. याचा अर्थ विज्ञानाला मर्यादा आहेत. आइन्स्टाईनचं एक वाक्य आहे, Where science ends, spirituality begins! जेथे विज्ञान संपतं, तेथे अध्यात्म सुरू होतं. अध्यात्म हे हजारो वर्षांपासून अस्तित्वात आहे, तर आधुनिक विज्ञान हे काही शतकांपासून अस्तित्वात आहे. हा या दोघांमधील एक फरक आहे. इथे आल्यानंतर मला असे अनेक अनुभव आले, त्यामुळे मला जाणवलं, की साईभक्ती ही पराकोटीची भक्ती आहे. साईभक्ती ही साधीसुधी नाही, साईभक्त हा पराकोटीचा भक्त आहे.

साईबाबांच्या जगभरातील, देशभरातील हजारो मंदिरांचं एकत्रीकरण करण्याच्या जेव्हा मी प्रयत्नात होतो, तेव्हा मी स्वत:ला प्रश्न विचारला, की ही मंदिरं बांधली कोणी? शिर्डीतून कोणी प्रचारक देशभरात गेला का? परदेशांत मंदिरं कोणी बांधली? तर ज्यानं लोकांना मंदिर बांधण्यासाठी प्रेरित केलं, असा कोणी शिर्डीतून बाहेर गेलेला माणूस काही दिसत नाही. मग शेवटी आपण एकाच निर्णयावर येतो, की ही मंदिरं खुद्द बाबांनीच बांधली आहेत. बाबांनीच वेगवेगळ्या ठिकाणच्या लोकांना जी अनुभूती, जो दृष्टांत दिला, त्यातून प्रेरणा घेऊन लोकांनी जगभरात बाबांची मंदिरं उभारली.

साई मूव्हमेंट ही जगातील सर्वांत मोठी मूव्हमेंट आहे. हरे रामा हरे कृष्णा, स्वामी नारायण, तिरुपती या चळवळीदेखील इतक्या मोठ्या नाहीत. तिरुपतीची त्या मानानं खूपच कमी मंदिरं आहेत. म्हणूनच जगभरातील या सर्व साईमंदिरांना एकत्रित करणं आणि शिर्डीचं साईबाबा संस्थान समाधी मंदिर याच्या केंद्रस्थानी ठेवणं अशा प्रकारचा प्रयत्न करण्यात आला आणि त्यात यश मिळालं आहे. साईसेवक योजना, रक्तदान योजना ही खूप यशस्वी झाली. या योजनेला प्रचंड प्रतिसाद मिळाला. रक्तदान करण्यासाठी साईभक्तांच्या रांगा लागल्या होत्या.

महाराष्ट्रातील २५ रक्तपेढ्यांना आपण त्यात जोडून घेतलं आहे. आज राज्यभरात शिर्डीतून रक्ताचा पुरवठा होत आहे. जसं तिरुपतीला केशदान, तसं शिर्डीला रक्तदान, असं समीकरण यशस्वी झालं आहे.

समाधीवर चढवलेली रोजची अडीच ते तीन टन फुलं कचऱ्यात फेकून दिली जात होती. त्यापासून आता सुगंधी अगरबत्ती तयार केली जाते आहे. भक्त तो प्रसाद म्हणून घेऊन जात आहेत. शिर्डीत जी स्वच्छता झाली आहे, ती नगर पंचायतीच्या माध्यमातून आणि मंदिराच्या सहकार्यातून झालेली आहे. नगराच्या स्वच्छतेची जबाबदारी घेणारे शिर्डी संस्थान हे देशातील एकमेव संस्थान असल्याचं मला वाटतं. आपण इतर कोणत्याही शहरांमध्ये जा, शेगावला जा किंवा वाराणसीला जा, तेथे मंदिरं मोठमोठी आहेत, मात्र शहरं गलिच्छ आहेत. २ ऑक्टोबर २०१९ला राष्ट्रपती महोदयांकडून सगळ्यात स्वच्छ मंदिर हा पुरस्कार शिर्डीला मिळाला. 'इंडिया टुडे'नं केलेल्या सर्वेक्षणात त्यांना आढळलं, की देशात सर्वांत स्वच्छ मंदिर शिर्डी आहे. त्याबद्दल राष्ट्रपतींनीदेखील गौरवोद्‍गार काढले, याचं मला समाधान आहे.

गेल्या चार वर्षांचा हा कालावधी खूप धावपळीचा होता. समाधीच्या शताब्दीचा कालावधी होता. या कालावधीत ही संधी मला मिळणं हा बाबांचा मला मिळालेला मोठा आशीर्वाद आहे, असं मला वाटतं. राष्ट्रपती, उपराष्ट्रपती, पंतप्रधान, अनेक दिग्गज नेते, मोठे व्यावसायिक शिर्डीत आले आणि साईचरणी नतमस्तक झाले. हा अविस्मरणीय असा कालावधी होता.

येथील ग्रामस्थ हा शिर्डीचा एक मोठा आधारस्तंभ आहे. शिर्डीचं मंदिर चार स्तंभांभोवती फिरतं. त्यांतील एक ग्रामस्थ आहे, विश्वस्त आहे, भक्त आहे आणि कर्मचारी आहे. हे चार मिळून हे मंदिर आणि त्याचं व्यवस्थापन चालवत असतात. एकमेकांचं साहाय्य आणि सहकार्य मिळालं, की चांगल्या गोष्टी त्यातून घडतात. गेल्या चार वर्षांत हे चांगल्या पद्धतीनं झालेलं आहे. कर्मचाऱ्यांना सातवा वेतन आयोग लागू करण्याचा निर्णय घेतला आणि तो लागू झाला. अनेक महामंडळं अशी आहेत, जेथे सातवा वेतन आयोग लागू झालेला नाही. मात्र शिर्डी संस्थानातील कर्मचाऱ्यांसाठी तो लागू झाला आहे. कंत्राटी कर्मचाऱ्यांचा प्रश्न मार्गी लावण्याचा प्रयत्न मी केला आणि तो आता शेवटच्या टप्प्यावर आहे. त्यांच्या वेतनात ४० टक्के वाढ करण्यात आली, त्यांना आठवडी रजा, शैक्षणिक परतावा, वैद्यकीय सोय अशा सुविधा उपलब्ध करून दिल्या. या कार्यकाळातच कंत्राटी कामगारांना कायम करण्याचा निर्णय व्हावा, असं माझ्या मनात खूप होतं; पण ते राहून गेलं, याची मला खंत आहे. हा निर्णय येत्या काळात व्हावा, यासाठी माझी कोणतीही मदत लागली, तर ती मी जरूर करीन.

माझी मैत्री ही पक्षापलीकडची आहे. कुठल्या विचारधारेपर्यंतच ती मर्यादित नाही, ती त्यापलीकडेदेखील आहे. इथे कोणताही भेदभाव न करता प्रत्येकाशी आपुलकीनं मी वागलो. तो कोणत्या पक्षाचा, कोणत्या जाती-धर्माचा आहे, याचा विचार मी केला नाही. नगरपरिषदेनं विषय मांडला आणि आम्ही अमान्य केला, असा एकही विषय नाही. काही विषय प्रक्रियाधीन आहेत. सर्व निर्णय घेताना गावाचा विचार प्रामुख्यानं केला गेला आहे. तुम्ही जी तुमची कृतज्ञता व्यक्त केलीत, जे प्रेम व्यक्त केलंत, ते कायम असंच राहू द्या. इथून जाताना हा प्रेमाचा ओलावा मी बरोबर घेऊन जात आहे, तुम्ही केव्हाही बोलावलंत, तर मी परत येणार आहे. बाबांचा भक्त म्हणून येणार आहे. बाबांचं जेव्हा बोलावणं येईल, तेव्हा मी शिर्डीला येणार आहे. आपलं प्रेम असंच राहावं, ही बाबांच्या चरणी प्रार्थना करतो. नवीन वर्षाच्या तुम्हा सर्वांना शुभेच्छा देतो. तुमच्या सर्व आशा-आकांक्षा पूर्ण होवोत, अशी साईचरणी प्रार्थना करतो. पुनश्च एकदा ज्या लोकांनी श्रम घेतले, शिवाजीराजे गोंदकर आणि त्यांची मंडळी, राजेंद्रभाऊ गोंदकर, शिंदे साहेब, शेळके साहेब या सर्वांचे मी आभार मानतो. जय हिंद, जय महाराष्ट्र!

■

(शिर्डी ग्रामस्थांकडून आयोजित निरोप समारंभप्रसंगीचं भाषण,
दि. १ जानेवारी २०२०)

राष्ट्राच्या उन्नतीत मंदिरांचं योगदान

जात-पात भिन्नता, मागास-पुढारलेले या गोष्टींमध्ये अडकून समाज स्वत:चं अस्तित्व गमावून बसतो. काळाची गरज आहे, की या पूर्वग्रहातून बाहेर पडून आपण भारतीय बनावं, देशभक्त बनावं.

– सरसंघचालक मोहन भागवत

नमस्कार, आजच्या आपल्या वेबिनारला आपण सुरुवात करू या.

सर्वप्रथम ज्यांच्या प्रेरणेनं 'विश्व मांगल्य सभे'चं काम सुरू झालं आहे, त्या जितेंद्रनाथ महाराजांना मी प्रणाम करतो. गेल्या १० वर्षांपासून विश्व मांगल्य सभेचं देशभरात काम सुरू आहे. आत्ताच त्यांचं सात प्रांतांमध्ये काम सुरू झालं आहे. या संस्थेचे सदस्य, त्यांचे परिजन आणि संस्थेचे हितचिंतक या सर्वांना माझा प्रणाम. देशभरात मातृशक्तीचं जागरण हा या संस्थेचा उद्देश आहे. प्रत्येक घरात जर जिजामाता असतील, तर साहजिकच त्यांच्या पोटी शिवबा जन्म घेईल. अशा प्रकारे ही संस्था काम करीत असून हजारो घरांपर्यंत त्यांचं कार्य पोहोचलं आहे. 'राष्ट्राच्या उन्नतीमध्ये मंदिर संस्थांची भूमिका होती, आहे आणि असणार', हा विषय मला देण्यात आला आहे. त्यावर आज आपण चर्चा करणार आहोत.

माझ्या विषयाला सुरुवात करण्याआधी आपण धर्म आणि राष्ट्र म्हणजे काय, हे समजून घेऊ या. मग धर्म आणि राष्ट्राच्या उत्थानाची, उन्नतीची काय प्रक्रिया असते, ते समजून घेऊ या. या प्रक्रियेत मंदिराचा सहभाग काय असू शकतो, काय होता आणि काय असणार, हे आपण पाहू या. शिर्डी संस्थानाशी मी गेली चार वर्षं जोडला गेलेलो आहे, त्यामुळे या मंदिराची माहिती तुम्हांला देणं हेदेखील माझं कर्तव्य आहे. या मंदिराच्या माध्यमातून धर्म आणि राष्ट्राच्या उन्नतीसाठी जे प्रयत्न करण्यात आले आहेत, तेदेखील तुमच्यासमोर मी मांडणार आहे.

धर्म या विषयाबाबत अनेक गैरसमजुती आपल्याला समाजात पाहायला मिळतात. धर्माचं इंग्रजीत भाषांतर होतं – 'Religion'; पण त्याचं पुन्हा आपल्या भाषेत भाषांतर केलं, की ते होतं 'पंथ'! पंथ आणि धर्म या दोन वेगवेगळ्या गोष्टी आहेत. धर्म आणि पंथ या दोन्हीमध्ये काय अंतर आहे? हे थोडक्यात समजावण्याचा मी प्रयत्न करणार आहे. पंथांमध्ये तीन गोष्टी प्रामुख्यानं असतात. एक तर त्याला एक प्रेषित असतो. दुसरं त्याचं एक पुस्तक असतं, त्याला धर्मग्रंथ म्हटलं जातं. तिसरं त्यात पूजेची एक ठरावीक पद्धती असते. प्रेषित, पुस्तक आणि पूजा-पद्धती हे तीन 'प' आपण लक्षात घ्या.

आपण इस्लामचं उदाहरण घेऊ या. मोहम्मद पैगम्बर हे इस्लामचे प्रेषित आहेत, कुराण त्यांचं पुस्तक आहे आणि नमाज ही त्यांची पूजापद्धती आहे. ख्रिश्चन पंथाकडे पाहिलं, तर येशू ख्रिस्त त्यांचा प्रेषित आहे. बायबल त्यांचं पुस्तक आहे आणि चर्चमध्ये त्यांच्या प्रार्थनेची एक पद्धत आहे. ज्यू किंवा यहुदी पंथाकडे पाहिलं, तर अब्राहम त्यांचा प्रेषित आहे, हिब्रू बायबल हे त्यांचं पुस्तक असून त्यांचीदेखील पूजेची एक विशिष्ट पद्धत आहे. पारशी लोकांचा जो पंथ आहे, त्याचा प्रेषित आहे, झरथुष्ट्र; अवेस्ता हे त्यांचं पुस्तक आहे. अवेस्ता भाषेतच ते आहे. या भाषेत आणि संस्कृतमध्ये बरंच साम्य आहे. पारशी लोकांची पण एक पूजापद्धती आहेच. आपल्या देशातदेखील शीख, जैन, बौद्ध हे पंथ आहेत. तर हे पंथ वेगळे असतात आणि धर्म वेगळा असतो. आता तुम्ही विचाराल की, 'धर्म' म्हणजे काय? 'हिंदू' म्हणजे काय?

आता आपण पाहू या, की धर्म कशाला म्हटलं जातं? जो धारण करता येतो, त्याला धर्म म्हणतात. धर्म म्हणजे जीवन जगण्याची एक पद्धती. धर्म ही गोष्ट अनेक प्रकारे समजावून सांगितली जाऊ शकते. हा धर्म इतर पंथांच्या उदयापूर्वीपासून अस्तित्वात होता. तोपर्यंत या धर्माला काही नाव नव्हतं. इतर

विश्व मांगल्य सभा

प्रत्येक घरामधील माता देव, देश आणि धर्मांचं चिंतन करणारी आदर्श माता निर्माण व्हावी व आपली गृहरचना एकदा महापुरुषांना जन्म देणारी शक्तिकेंद्रं व्हावीत, या मुख्य उद्देशानं विश्व मांगल्य सभेची स्थापना झाली. १२ वर्षांमध्ये १२ पूर्णकालीन कार्यकर्त्या, १५० प्रवासी कार्यकर्त्या, यासोबत संपूर्ण भारतामध्ये २१ प्रांतांत व भारताबाहेर ८ देशांत कार्य सुरू आहे. मासिक सदाचार सभा हे नित्य कार्य असून महिलांच्या कार्यासोबतच संस्कार सभा, छात्र सभा, सेवा विभाग असे आयाम कार्यरत असतात. आज देशाच्या विविध प्रांतांतल्या एक लाखाहून अधिक महिला संस्थेशी जोडलेल्या आहेत.

पंथांचा जसा उदय झाला, तसा आपल्या धर्माला हिंदू धर्म म्हटलं जाऊ लागलं. त्याआधी त्याला वैदिक धर्म किंवा सनातन धर्म किंवा इतर कोणत्या तरी नावानं ओळखलं जात होतं. या धर्माचा कोणी प्रेषित किंवा संस्थापक नाही. त्याचं कुठलं एकच एक पुस्तक नाही. कुठली एकच ठरावीक पूजापद्धती नाही. तो नैसर्गिकपणे जीवनात विकसित होत गेला. हिंदू धर्म असा आहे.

धर्म आणि Religion या दोन्हीच्या व्याख्येत गोंधळ असला, की त्यातून वाद उद्भवतात. यासाठी धर्म आणि राष्ट्र म्हणजे काय, हे समजून घ्यायला हवं. राष्ट्र या संकल्पनेच्या काही किमान गरजा आहेत. पहिली गरज आहे एक अखंड भूभाग, दुसरी गोष्ट आहे नागरिक आणि तिसरी गोष्ट म्हणजे तेथील नागरिकांची संस्कृती. एकरूपतेची कोणती माध्यमं त्या नागरिकांमध्ये आहेत, अशा काही गोष्टी राष्ट्राला परिभाषित करतात. हे समजून घेण्यासाठी एक उदाहरण मी तुम्हांला देऊ इच्छितो. एका शिक्षकाला त्याच्या विद्यार्थ्यांना व्यस्त ठेवायचं होतं. म्हणून त्यानं विद्यार्थ्यांना काहीतरी छोटं मोठं काम द्यायचं ठरवलं. शिक्षकानं सर्वांना हिंदुस्थानाचा नकाशा दिला. त्यांना सांगितलं, की 'यात काश्मीर, तामिळनाडू, महाराष्ट्र हे सर्व कुठेकुठे आहे, ते पाहा, लक्षात ठेवा.' मग शिक्षकानं तो नकाशा फाडायला सांगून त्याच्या छोट्या चिटोऱ्या बनवायला सांगितल्या. मुलांनी सांगितल्याप्रमाणे केलं. मग त्या चिटोऱ्यापासून पुन्हा नकाशा तयार करण्यास शिक्षकानं सांगितलं. मुलं ते काम करू लागली, नकाशा पुन्हा तयार करताना त्यांचा गोंधळ होत होता, उत्तरेतील प्रांत दक्षिणेत जात होते. परंतु त्या विद्यार्थ्यांमधील एका विद्यार्थ्यानं तो नकाशा पाच मिनिटांत पुन्हा बनवून दाखवला. सगळ्यांना आश्चर्य वाटलं, की यानं इतक्या कमी वेळात नकाशा कसा काय बनवला! शिक्षकानं त्या विद्यार्थ्याला जवळ बोलावून विचारलं, की 'तू इतक्या कमी वेळात हा नकाशा कसा काय बनवलास?' तेव्हा त्या विद्यार्थ्यानं उत्तर दिलं, की 'या नकाशाच्या मागे एका माणसाचं चित्र होतं. मी माणसाचं ते चित्र जोडायला सुरुवात केली. माणसाचं चित्र तयार झालं, मागे उलटून पाहिलं, तर दुसऱ्या बाजूला राष्ट्र तयार झालं.' तेव्हा शिक्षक म्हणाले, की 'यातून आपल्याला एक चांगली शिकवणूक मिळाली. राष्ट्राची निर्मिती करायची असल्यास मनुष्य निर्माण करा, राष्ट्र आपोआप निर्माण होऊन जाईल.'

राष्ट्र आणि धर्माच्या उन्नतीचा मार्ग पाहू या. उन्नती म्हणजे पतनाच्या विरोधातली प्रक्रिया. पतन ही एक नैसर्गिक प्रक्रिया आहे. ती थांबवण्यासाठी उन्नतीची प्रक्रिया वारंवार झाली पाहिजे. समाजात ज्याप्रमाणे व्यक्ती निर्माण करण्याची आवश्यकता असते, तेवढीच समाज निर्माण करण्याचीदेखील आवश्यकता असते. व्यक्तीला जसं शरीर, बुद्धी, मन आणि आत्मा असतात, त्याचप्रमाणे समाजालादेखील

शरीर, मन, बुद्धी, आत्मा या सर्व गोष्टी असतात. दीनदयाळ उपाध्याय यांचं राष्ट्राविषयीचं साहित्य जर तुम्ही वाचलंत, तर तुम्हांला या सर्व गोष्टी समजतील. समाज निर्माण करण्यासाठी या सर्व अंगांची गरज आहे. चांगल्या समाजासाठी सज्जन सामाजिक शक्ती आवश्यक असते. समाजात दुर्जन शक्ती सक्रिय स्वाभाविकतेत राहते, तर सज्जन शक्ती निष्क्रिय स्वाभाविकतेत राहते. ज्या कालखंडात सज्जन शक्ती दुर्जन शक्तीहून अधिक सक्रिय आहे, तो कालखंड सत्ययुग आहे, असं समजावं. देशाचं आणि धर्माचं सर्वाधिक नुकसान सज्जन शक्तीच्या निष्क्रियतेमुळे होतं. म्हणून या शक्तीला कायमस्वरूपी सक्रिय करण्याची आवश्यकता आहे. यासाठी या शक्तीचं जागरण करणं गरजेचं आहे. पतन हे स्वाभाविक आहे, पण उन्नतीसाठी प्रयत्न करावे लागतात.

भगवान श्रीकृष्णानं श्रीमद्भगवद्गीतेत सर्वांना एक आश्वासन दिलं आहे -

यदा यदा हि धर्मस्य ग्लानिर्भवति भारत।
अभ्युत्थानमधर्मस्य तदात्मानं सृजाम्यहम्।।
परित्राणाय साधूनां विनाशाय च दुष्कृताम्।
धर्मसंस्थापनार्थाय सम्भवामि युगे युगे।।

'जेव्हा जेव्हा पृथ्वीवर धर्माला ग्लानी येते, विनाश होतो आणि अधर्म प्रगती करतो, तेव्हा तेव्हा मी पृथ्वीवर येतो, अवतार घेतो. सज्जनांचं आणि ऋषीमुनींचं रक्षण करण्यासाठी पृथ्वीवरील दुष्ट, पापी लोकांचा नाश करण्यासाठी आणि धर्माची स्थापना करण्यासाठी मी प्रत्येक युगात पुन्हा पुन्हा अवतार घेतो आणि पृथ्वीवरील सर्व लोकांचं कल्याण करतो.'

यात 'जेव्हा' दोनदा म्हटलं आहे. याचा अर्थ भगवंताला माहीत आहे, की धर्माला ग्लानी वारंवार येणार आहे. आणि त्याला वारंवार यावं लागणार आहे.

दुसरं उदाहरण मी ज्ञानेश्वरीचं देतो. ज्ञानेश्वरीच्या शेवटी संत ज्ञानेश्वरांनी पसायदान लिहिलं आहे. पसायदानाला आपण ज्ञानेश्वरीचा सारांश म्हणू शकतो.

आतां विश्वात्मकें देवें । येणें वाग्यज्ञें तोषावें ।
तोषोनि मज द्यावें । पसायदान हें ॥

संत ज्ञानेश्वर प्रार्थना करीत आहेत, की त्यांच्या वाणीतून जी ज्ञानेश्वरीची रचना झाली आहे, त्यावर देव संतुष्ट आणि प्रसन्न होवो, त्याचा कृपाप्रसाद (पसायदान) मिळो. हा कृपाप्रसाद (भिक्षा) ते पुढील ओव्यांमध्ये वर्णन करतात.

जे खळांची व्यंकटीं सांडो । तयां सत्कर्मीं रती वाढो ।
भूतां परस्परें जडो। मैत्र जीवांचें ॥२॥

दुर्जनांच्या मनातील दुष्टपणा नष्ट होवो आणि त्यांची सत्कर्माची गोडी वाढो. सर्व प्राणिमात्रांमध्ये मैत्री वाढो, असं ज्ञानेश्वर सांगतात. यातून आपल्याला हेच कळतं,

की राष्ट्र उन्नतीसाठी सज्जन शक्तीची सक्रियता वाढवली पाहिजे, त्यांची संघटना केली पाहिजे. त्याचप्रमाणे दुर्जन शक्तींना नष्ट केलं पाहिजे. यासाठी त्यांना सज्जनतेकडे खेचून आणायला हवं. राष्ट्रभक्ती करणाऱ्या सर्व संघटनांनी या सज्जन शक्तीचं जागरण करायला हवं. यामध्ये मंदिरांचादेखील सहभाग असायला हवा.

आता आपण मंदिराची राष्ट्र उन्नतीमध्ये काय भूमिका होती, काय असावी, या दृष्टीनं चर्चा करू या. राष्ट्रीय स्वयंसेवक संघाचे प्रचारक स्वर्गीय नाना पालकर यांनी 'मंदिरांची कथा आणि व्यथा' हे पुस्तक लिहिलं होतं. यातून त्यांनी मंदिरांची कथा आणि व्यथा दर्शवली आहे. मंदिरांमध्ये दुकानदारी वृत्ती, बाजारीकरण झालं, यावर त्यांनी टिपण्णी केली आहे. आपल्या देशात साडेसहा लाखांच्या आसपास गावं आहेत. २० लाखांच्या आसपास शाळा आणि महाविद्यालयं आहेत. पण देशात मंदिरांची संख्या ३० लाखांच्या आसपास आहे. ३० लाख हा आकडा मोठ्या प्रशस्त मंदिरांचा आहे, लहान मंदिरांचा यात समावेश करण्यात आलेला नाही. माझ्या मनात विचार आला, की या मंदिरांना जर समाजकेंद्री केलं, तर राष्ट्राची खूप मदत होऊ शकते. पण काही अपवाद वगळता ही सर्व मंदिरं व्यवस्थापनाच्या दृष्टीनं असंघटित असून त्यात अनुशासनाचा अभाव आहे. मंदिरांमार्फत राष्ट्र आणि धर्माच्या उन्नतीसाठी काहीतरी नवीन करण्याचा प्रयत्न मी केला. त्यातील पाच ठळक कार्यक्रमांचा उल्लेख मी इथे करीत आहे.

मंदिरांतून समाजाभिमुख चळवळ

मंदिरांकडे प्रचंड संपत्ती आहे, त्याचा मंदिरं कशा प्रकारे उपयोग करतात, त्याऐवजी रुग्णालयं उभी करावीत, असं म्हटलं जातं. मित्रहो, मंदिरांचं निर्माण हे काही सरकारनं केलं नाही. समाजातून मंदिरांची निर्मिती झाली आहे. हजारो वर्षांची ही प्रक्रिया आहे. समाजाला मंदिरांची गरज भासली म्हणून मंदिरं उभारण्यात आली आहेत. या मंदिरांची एकत्रित संपत्ती आपण मोजली, तर कोणत्याही मोठ्या कंपनीएवढी भरेल. ही संपत्ती लोक स्वखुशीनं मंदिराला देतात. लोक आनंदानं, श्रद्धेनं हे दान देतात. देव आहे का नाही? तो कसा आहे? त्याला कसं पाहावं? यावर वाद होऊ शकतो. पण समाजाला देवाची गरज आहे, याबाबत कोणताही वाद होऊ शकत नाही, असं मला वाटतं. म्हणून मंदिर व्यवस्थापन जर देशातील ३० लाख मंदिरांमध्ये आलं आणि त्यांना समाजाभिमुख रूप दिलं गेलं, तर समाज, राष्ट्र उन्नतीसाठी त्यांचा उपयोग होऊ शकतो. मंदिरांची संपत्ती ही राष्ट्राची संपत्ती आहे. संकटाच्या काळात ही संपत्ती आपल्या उपयोगी येणार आहे, हा माझा विश्वास आहे.

पहिला कार्यक्रम हा रक्तदानाचा होता. शिर्डीला दरवर्षी तीन ते साडेतीन कोटी भक्त येतात. रोज पन्नास ते साठ हजारांच्या आसपास भक्त शिर्डीला येतात. तिरुपतीला जशी केशदानाची परंपरा आहे, तशी शिर्डीत रक्तदानाची परंपरा सुरू करावी, हा विचार आम्ही केला. मंदिरात येणाऱ्या १ टक्के लोकांनी जरी यात सहभाग घेतला, तरी ५०० लोकांचं रक्तदान होऊ शकतं. हा प्रकल्प महत्त्वाकांक्षी होता. महाराष्ट्रातील २५ रक्तपेढ्यांना आम्ही त्यात जोडून घेतलं आहे. शिर्डीमध्ये दररोज रक्तदान शिबीर होतं, तेव्हा दीडशे-दोनशे लोक तेथे रोज रक्तदान करतात. आठवड्याचा प्रत्येक दिवस वेगवेगळ्या रक्तपेढीला देण्यात आला आहे. त्यांच्या ठरवलेल्या दिवशी त्या येतात आणि रक्त संकलित करून जातात. राष्ट्रीय स्वयंसेवक संघाचे सरसंघचालक माननीय मोहनजी भागवत यांनीदेखील या रक्तदान शिबिराला भेट दिली होती आणि या कार्यक्रमाचं कौतुक केलं. मागील दोन वर्षांत दीड लाख लोकांनी तिथे रक्तदान केलं आहे. याचा अर्थ दीड लाख लोकांच्या सज्जन शक्तीचं तेथे जागरण झालं आहे.

दुसरा कार्यक्रम हा स्वच्छतेचा होता. सर्वच मंदिरं स्वच्छ असतात, मात्र ज्या शहरांत ती मंदिरं असतात, ती शहरं स्वच्छ नसतात. शिर्डीत तसं होऊ नये म्हणून शिर्डी शहराच्या स्वच्छतेची जबाबदारी संस्थानानं घेतली आहे. संस्थांनामार्फत शिर्डी दिवसातून दोनदा स्वच्छ केली जाते. हे काम गेल्या दोन वर्षांपासून सुरू आहे. 'इंडिया टुडे'नं देशातील सर्व प्रमुख मंदिरांचं स्वच्छता सर्वेक्षण केलं होतं, त्यात शिर्डी हे देशातील सर्वांत स्वच्छ मंदिर म्हणून घोषित केलं होतं. हा पुरस्कार राष्ट्रपतींच्या हस्ते देण्यात आला होता.

तिसरी योजना होती फुलांपासून अगरबत्ती निर्मिती. बाबांच्या समाधीवर अडीच ते तीन टन फुलं रोज वाहिली जात होती. पण ही फुलं दुसऱ्या दिवशी कचऱ्यात फेकली जायची. काही लोकांनी सल्ला दिला, की फुलं आणि हारांच्या वापरावरच निर्बंध घाला. त्यामुळे ही समस्याच संपून जाईल. आम्ही त्याप्रमाणे निर्बंध लावले; पण नंतर फूलविक्रेते, हार बनवणारे, गुच्छ तयार करणारे असे शेकडो लोक माझ्याकडे आले. ते म्हणाले, 'आमचा उदरनिर्वाह या फुलांवरच चालतो. फुलांवर तुम्ही निर्बंध घातलेत, तर आमचं काय होणार?' शिर्डीच्या आजूबाजूच्या पन्नास गावांमध्ये फुलांची शेती होते. ते म्हणाले, की 'सर, आम्ही वर्षांनुवर्षं केवळ फुलांचीच शेती करत आहोत. फुलांचा व्यापार बंद झाल्यास आम्ही काय करायचं?' त्यामुळे फुलं बंद करणं हा निर्णय योग्य ठरणार नसून यासाठी काही पर्याय शोधला पाहिजे, असं जाणवलं. या फुलांपासून अगरबत्ती तयार करण्याचा आम्ही निर्णय घेतला. तेव्हापासून साधारणतः अगरबत्तीची ५ हजार पाकिटं रोज तयार केली जातात. तीस रुपयांना एक पाकीट विकलं जातं.

दीड लाख रुपयांच्या अगरबत्त्यांची रोज विक्री होते. त्यांच्या विक्रीसाठी आम्ही मंदिरातच एक गाळा दिलेला आहे. बाबांच्या समाधीवरील फुलांची अगरबत्ती म्हणजे बाबांचा प्रसाद, असं भाविकांना वाटतं. त्या अगरबत्त्या ते घेऊन जातात. आज या अगरबत्त्यांचा सुगंध देशभर, जगभर पसरलेला आहे. दिवसाला दीड लाख म्हणजे वर्षाला ५ कोटी रुपयांचा हा उद्योग उभा झाला आणि २०० महिलांना त्यातून रोजगार मिळाला.

साई सेवा योजनादेखील शिर्डीत चालवली जाते. भक्तांनाच मंदिरात काम करण्याची संधी क्वचितच कोणत्या तरी मंदिरात मिळत असेल. अशी योजना शिर्डीत सुरू आहे. भक्तांना मंदिरात काम करण्याची संधी मिळते. दिवसाला ५००हून अधिक भक्त सेवा करतात. सात दिवस हे सेवक मंदिरात सेवा देतात. मंदिराकडून या सेवकांची राहण्याची-जेवण्याची सोय होते. कोणतंही मानधन या योजनेत नाही. केवळ एक प्रशस्तिपत्रक सेवकांना दिलं जातं. ५० हजारांहून अधिक लोकांनी आतापर्यंत या योजनेत सहभाग घेतला आहे. म्हणजे या ५० हजार लोकांच्या कुटुंबीयांपर्यंत ही योजना पोहोचली आहे.

पाचवी योजना म्हणजे साईबाबांची किती मंदिरं आहेत आणि कुठे कुठे आहेत, याचा आम्ही हिशोब लावला. ४३ देशांमध्ये साईबाबांची मंदिरं आहेत. परदेशात जवळपास ४५० मंदिरं आहेत. एकट्या अमेरिकेत साईबाबांची ८० मंदिरं आहेत. इंग्लंडमध्ये ५ आहेत. फ्रान्स, जपान, न्यूझीलंड, ऑस्ट्रेलिया, जर्मनीमध्ये आणि इतरही देशांमध्ये साईबाबांची मंदिरं आहेत. देशभरात ८००० मंदिरं आहेत. देशभरातील ८००० आणि परदेशातील ४५० अशा जवळपास साडेआठ हजार मंदिरांशी आम्ही संपर्क केला आणि दोन वर्षं 'जागतिक साई मंदिर शिखर परिषदेचं' आयोजन आम्ही केलं. यात आपले उपराष्ट्रपती वेंकय्या नायडू हेदेखील उपस्थित राहिले होते. या सर्व मंदिरांतील केवळ एका विश्वस्ताला बोलावण्यात आलं होतं. या दिवसभराच्या संमेलनात साडेपाच हजार विश्वस्त सामील झाले. आपलं मंदिरदेखील शिर्डीच्या साईमंदिराशी जोडलं गेलं आहे, याचा प्रचंड आनंद त्यांना झाला. या सर्व मंदिरांना सेवाभिमुख करण्यासाठी अनिवार्य सेवा कामं दिली आहेत. या सर्व मंदिरांनी अन्नदान, रक्तदान, अवयव दान, शिक्षणाचा एखादा कार्यक्रम,आरोग्य, स्वच्छतेचा कार्यक्रम असे सेवेचे कार्यक्रम करणं गरजेचं आहे. मंदिर हे सेवेचं केंद्र म्हणून विकसित झालं पाहिजं, असा आमचा प्रयत्न आहे.

मंदिराचा असंघटित आणि बेशिस्त कारभार बंद करण्यासाठी मंदिर व्यवस्थापनाची आवश्यकता आहे. शिर्डी संस्थानात ६ हजार लोक काम करतात. २० हजार लोक राहतील, एवढ्या मोठ्या धर्मशाळा येथे आहेत. दोन रुग्णालयं, शाळा,

महाविद्यालय एवढा मोठा व्याप असणारं मंदिर असंघटितरित्या चालू राहिलं, तर फार मोठं नुकसान होईल, असं मला वाटतं. या विषयाचा जेव्हा मी अभ्यास सुरू केला, तेव्हा माझ्या लक्षात आलं, की कोणत्याही विद्यापीठात या विषयाचं शिक्षण दिलं जात नाही. आपल्याकडे विपणन व्यवस्थापन, वित्त व्यवस्थापन यांसारखे अनेक विषय आहेत. परंतु मंदिर व्यवस्थापन हा विषय नाही. या विषयातही शिक्षण द्यायला हवं. एमबीए इन टेम्पल मॅनेजमेंट असे अभ्यासक्रम आले, तर या क्षेत्राला एक व्यावसायिक शिस्त येईल.

मंदिरांकडे प्रचंड संपत्ती आहे, त्याचा मंदिरं कशा प्रकारे उपयोग करतात, त्याऐवजी रुग्णालयं उभी करावीत, असं म्हटलं जातं. मित्रहो, मंदिरांचं निर्माण हे काही सरकारनं केलेलं नाही. समाजातून मंदिरांची निर्मिती झाली आहे. हजारो वर्षांची ही प्रक्रिया आहे. समाजाला मंदिरांची गरज भासली म्हणून मंदिरं उभारण्यात आली आहेत. या मंदिरांची एकत्रित संपत्ती आपण मोजली, तर कोणत्याही मोठ्या कंपनीएवढी संपत्ती मंदिरांकडे असेल. ही संपत्ती लोक स्वखुशीनं मंदिराला देतात. लोक आनंदानं, श्रद्धेनं हे दान देतात. देव आहे का नाही? तो कसा आहे? त्याला कसं पाहावं? यावर वाद होऊ शकतो. पण समाजाला देवाची गरज आहे, याबाबत कोणताही वाद होऊ शकत नाही, असं मला वाटतं. म्हणून मंदिर व्यवस्थापन जर देशातील ३० लाख मंदिरामध्ये आलं आणि त्यांना समाजाभिमुख रूप दिलं तर समाज, राष्ट्र उन्नतीसाठी त्यांचा उपयोग होऊ शकतो. मंदिरांची संपत्ती ही राष्ट्राची संपत्ती आहे. संकटाच्या काळात ही संपत्ती आपल्या उपयोगी येणार आहे, हा माझा विश्वास आहे.

राष्ट्र आणि धर्माच्या उन्नतीत मंदिरांचा सहभाग होता, आहे आणि असणार. पण यासाठी सर्वच संस्थांनी एकत्र येऊन काम करण्याची आवश्यकता आहे. पतन ही निरंतर नैसर्गिक प्रक्रिया आहे, तर उन्नतीसाठी प्रयत्न करावे लागतात. आपण या देशाचे नागरिक आहोत, हे आपण गर्वानं तेव्हाच सांगू शकू, जेव्हा आपण या उन्नतीत सहभागी होऊ. मला इथे माझे विचार मांडण्याची संधी दिल्याबद्दल मी विश्व मांगल्य सभेचे आभार मानतो. धन्यवाद!

■

(विश्व मांगल्य व्याख्यानमालेत वेब सीरिजमध्ये 'राष्ट्राच्या उन्नतीमध्ये मंदिर संस्थांची भूमिका' या विषयावर हिंदीत केलेल्या भाषणाचं भाषांतर. दि. ५ मे २०२०)

मंदिर व्यवस्थापन

देव आहे का नाही? देवाची प्रचिती कोणाला आली आहे का? त्याला कोणी पाहिलंय का? देवाला कसं पाहावं? हे जरी वादाचे विषय असले, तरी देव हा आवश्यक आहे, देव ही माणसाची गरज आहे, हा वादाचा विषय नाही.

— अनामिक

भारतातील सर्व मंदिरं जर आपल्याला भक्ताभिमुख, समाजाभिमुख, सेवाभिमुख करता आली, तर आपल्या देशात, आपल्या समाजात परिवर्तन व्हायला वेळ लागणार नाही.

'सुभेदार वाडा कट्टा' या संस्थेचे संस्थापक, अध्यक्ष आदरणीय दीपक जोशी, मंचावर उपस्थित आदरणीय अण्णाजी वाणी, रामभाऊ कापसे यांचे चिरंजीव डॉक्टर आनंद कापसे, माजी आमदार आणि माझे जवळचे मित्र आदरणीय नरेंद्र पवार, 'सुभेदार वाडा कट्टा' या संस्थेचे सर्व पदाधिकारी, येथे उपस्थित बंधुभगिनींनो, सर्वप्रथम प्राध्यापक रामभाऊ कापसे यांच्या स्मृतीला मी विनम्र अभिवादन करतो. स्व. रामभाऊ कापसे स्मृती व्याख्यानमालेचे आजचं पहिलं पुष्प आहे.

आदरणीय रामभाऊ कापसे यांचा आणि माझा जवळचा संबंध राहिला आहे. त्यांचा स्नेह मला मिळालेला आहे. राष्ट्रीय स्वयंसेवक संघाचा ठाणे जिल्हा बौद्धिक प्रमुख म्हणून माझ्यावर जबाबदारी होती. भगवानराव जोशी यांचं घर हेच कार्यालय होतं. या कार्यालयात दर महिन्याला कामानिमित्त मी यायचो. बौद्धिक प्रमुख असल्यामुळे बऱ्याच वेळा प्रवासदेखील व्हायचा. रामभाऊ जेवढ्या निवडणुका लढले, त्या निवडणुकांमध्ये प्रचाराची पोस्टर्स लावणं, भिंती रंगवणं अशी कामं करण्याचा मला योग आला. मी नव्या मुंबईत विवेकानंद नगरमध्ये राहत होतो. तेव्हा एकदा ते तिथे मुक्कामाला आले. संघाची योजनाच अशी होती, की

कार्यकर्त्यांच्या घरी जाऊन मुक्काम करायचा. रामभाऊ आमच्या घरी जेवले, राहिले. ती स्मृती आम्ही कायम आमच्या मनात जतन करून ठेवली आहे.

या व्याख्यानमालेचं आयोजन करून 'सुभेदार वाडा कट्टा' या संस्थेनं एक विचारयात्रा सुरू केली आहे. विचारांचं जागरण करण्याचं काम सुभेदार वाडा कट्टा करीत आहे. त्यांनी विचारांना प्राधान्य दिलेलं आहे, यासाठी मी त्यांना मनापासून धन्यवाद देतो.

आज विचार हे पायदळी पडले आहेत. याचं एक उदाहरण मी तुम्हांला देतो. मी एकदा काही कामानिमित्त चर्चगेट रेल्वे स्टेशनला गेलो होतो. तिथून हुतात्मा चौकापर्यंत चालत गेलो. त्या चौकातील रस्त्यांवर विक्रीसाठी ठेवलेल्या पुस्तकांचे मोठे ढीग मला पाहायला मिळाले. तुम्ही त्या भागात गेलात, तर अशा प्रकारे विक्रीसाठी ठेवलेली पुस्तकं तुम्हांला पाहायला मिळतील. त्या चौकातच शेजारी असलेल्या दुकानात मी डोकावून पाहिलं, तर ते चांगलं वातानुकूलित दुकान होतं. त्या दुकानात चपला आणि बूट विक्रीसाठी ठेवले होते. आता ज्या पुस्तकांची, त्यातून मिळणाऱ्या विचारांची जागा डोक्यावर असली पाहिजे, ती पायदळी पडली आहेत आणि पायांत जागा असणाऱ्या पादत्राणांना मात्र आपण वातानुकूलित दालनात ठेवलं आहे. आज विचारांची परिस्थिती अशा प्रकारची झाली आहे. म्हणून या विचारयात्रेला अधिक महत्त्व आहे, असं मला वाटतं.

मंदिर व्यवस्थापन (Temple Management) या विषयावर प्रथमच मी बोलतो आहे. या विषयाचा जेव्हा मी अभ्यास सुरू केला, तेव्हा माझ्या लक्षात आलं, की कोणत्याही विद्यापीठात या विषयाचं शिक्षण दिलं जात नाही. आपल्याकडे विपणन व्यवस्थापन, वित्त व्यवस्थापन यासारखे अनेक विषय आहेत. परंतु मंदिर व्यवस्थापन हा विषय नाही. शासकीय आकड्यांप्रमाणे आपल्या देशात जवळपास साडेसहा लाख गावं आहेत. २० लाखांच्या आसपास शाळा आणि महाविद्यालयं आहेत. आपल्या देशात मंदिरांची संख्या ३० लाखांच्या आसपास आहे. म्हणजे आपल्या देशात शाळा-महाविद्यालयांपेक्षा मंदिरांची संख्या अधिक आहे. मित्रहो, देव आहे का नाही? देवाची प्रचिती कोणाला आली आहे का? त्याला कोणी पाहिलंय का? देवाला कसं पाहावं? हे जरी वादाचे विषय असले, तरी देव हा आवश्यक आहे, देव ही माणसाची गरज आहे, हा वादाचा विषय नाही. ही मंदिरं सरकारनिर्मित नसून लोकांनी निर्माण केली आहेत. ही मंदिरं नेहमीपासूनच या गावांच्या भावविश्वाच्या केंद्रस्थानी राहिली आहेत, म्हणून सहसा गावाच्या केंद्रस्थानी मंदिर असतं. लोक स्वत: झोपडीत राहतात, मात्र मंदिर पक्क्या भिंतीचं उभारतात. या गावातील माणूस स्वत:च्या वडलांचा जन्मोत्सव साजरा करणार नाही, पण श्रीरामाचा किंवा हनुमानाचा जन्मोत्सव मात्र नक्की साजरा करील. सामाजिक

आधुनिक त्रिसूत्री

मित्रहो, अन्न, वस्त्र, निवारा ही त्रिसूत्री आपणा सर्वांना परिचित आहे. पण एक नवी त्रिसूत्री मी तुमच्यासमोर मांडतो आणि ती म्हणजे अन्न, वस्त्र, विचार. तुम्हांला जर कोणाची एका दिवसासाठी मदत करायची असेल, तर त्याला अन्न द्या. एखाद्याला वर्षभरासाठी आपल्याला मदत करायची असेल, तर त्याला वस्त्र द्या. पण एखाद्याला आयुष्यभरासाठी जर मदत करायची असेल, तर त्याला विचार द्या, तो विचार त्याला आयुष्यभर पुरेल. यामुळेच अन्न, वस्त्र, विचार ही त्रिसूत्री महत्त्वाची आहे.

जीवनातील केंद्रस्थान अशा प्रकारे मंदिरांना मिळालेलं आहे.

माझी शिर्डी संस्थानच्या अध्यक्षपदी निवड झाल्यामुळे माझा मंदिराशी संबंध आला. शिर्डीला मी का गेलो, याचासुद्धा एक किस्सा आहे. मी पाच ते सहा वर्षांपूर्वी सहपरिवार शिर्डीला साईबाबांच्या दर्शनासाठी गेलो होतो. दर्शनासाठी सामान्यांच्याच रांगेत उभा होतो. दर्शनाची रांग म्हटल्यावर त्यात गर्दी आणि लोटालोटी होतीच. समाधिस्थानावर रांग पोहोचल्यावर लोटालोटी इतकी वाढली, की मी गर्दीमुळे मंदिराच्या बाहेर फेकला गेलो, मला बाबांचं दर्शन मिळालं नाही. साहजिकच मला या प्रकारामुळे राग आला. मी वैतागून माझ्या पत्नीला म्हणालो, की 'मी यापुढे कधीच शिर्डीला येणार नाही.' त्यानंतर दोन-तीन वर्षं उलटली, मी त्या काळात काही शिर्डीला गेलो नाही. एके दिवशी माननीय देवेंद्रजी फडणवीस यांचा निरोप आला, मी त्यांना भेटायला गेलो. तेव्हा ते म्हणाले, की 'शिर्डीच्या साईमंदिराचं अध्यक्षपद तुम्ही घ्यावं, असा विचार आम्ही करत आहोत'. मी त्यांना माझ्यासोबत दर्शनाबाबत घडलेला प्रकार सांगितला. मी त्यांना हेदेखील म्हणालो, 'मी बाबांना सांगून आलोय, की मी पुन्हा कधी शिर्डीला येणार नाही.' तेव्हा देवेंद्रजी हसले व म्हणाले, 'बघा, कदाचित बाबांनीच बोलावणं पाठवलं असेल!'

मित्रहो, तो संकेत घेऊन मी शिर्डीला गेलो. अशा प्रकारे शिर्डी संस्थानाची जबाबदारी माझ्यावर आली. अध्यक्ष म्हणून शिर्डीला जेव्हा प्रथम गेलो, तेव्हा दर्शनाच्या बाबतीत पूर्वी मला जो कटू अनुभव आला, तो कोणत्याही भक्ताच्या नशिबी येऊ नये, यासाठी जे मंदिर व्यवस्थापन आहे, ते योग्य असलं पाहिजे, असं मी ठरवलं.

काही अपवाद सोडले, तर मंदिरांची दोन व्यवच्छेदक लक्षणं आपल्याला दिसतात. एक म्हणजे ती असंघटित (Unorganized) आहेत आणि तेथे

अनुशासनाचा अभाव (Indiscipline) आहे. माणूस मनाची शांती आणि समाधानाच्या शोधात मंदिरात जातो आणि तिथे त्याला गर्दी, धक्काबुक्की, आरडाओरडा पाहायला मिळतो. मोठ्या प्रयत्नानं देवाच्या पायांवर डोकं ठेवता आलं, तर डोकं ठेवायचं आणि गर्दीच्या लाटेसह मंदिरातून बाहेर यायचं. यातून त्या माणसाला शांती, सुख, समाधान, आनंद मिळेल का? म्हणूनच मंदिराच्या व्यवस्थापनाचा विषय हा अत्यंत महत्त्वाचा असल्याचं माझ्या लक्षात आलं.

मंदिरात भक्ताला काय त्रास आहे, हे जाणून घ्यायचं असेल, तर भक्त ज्या रांगेनं जात आहे, त्याच रांगेनं आपण जायचं. शिर्डी संस्थानाचा अध्यक्ष म्हणून ज्या दिवशी मी जबाबदारी घ्यायला गेलो, त्या दिवशी मी सामान्य भक्तांच्या रांगेत उभा राहिलो. रांगेत उभा असताना कडेवर लहान बाळ घेऊन उभ्या असलेल्या महिलादेखील होत्या. त्या गर्दीत, लोटालोटीत आपल्या बाळासह उभ्या होत्या. एका महिलेला तिच्या बाळाला स्तनपान द्यायचं होतं. रांगेच्या बाहेर गेल्यास आपला नंबर जाईल, या भीतीनं ती त्याच रांगेत कोपऱ्यात बसून संकोचलेल्या अवस्थेत बाळाला स्तनपान देत होती. तेव्हाच मी तात्काळ निर्णय घेऊन व्यवस्थापनाला सूचना दिल्या, की 'ज्या मातांच्या कडेवर दोन वर्षांपर्यंतची बाळं आहेत, त्यांनी रांगेत उभं राहण्याची आवश्यकता नाही. त्यांच्या थेट दर्शनाची व्यवस्था करा' आणि त्या दिवसापासून अशा मातांच्या थेट दर्शनाची सुरुवात झाली.

बाबांच्या दर्शनाला अनेक रुग्णदेखील जातात. त्यांनादेखील रांगेत उभं न राहू देता त्यांच्या थेट दर्शनाची व्यवस्था करा, अशा सूचना मी दिल्या. त्याचप्रमाणे ज्येष्ठ नागरिकांनादेखील थेट दर्शनाची सोय आम्ही सुरू केली, आजही ती सुरू आहे. ६० वर्षांवरील व्यक्तींसाठी वेगळं प्रवेशद्वार आणि दर्शनाची वेगळी व्यवस्था करण्यात आली. दिव्यांगांसाठीही थेट दर्शनाची व्यवस्था करण्यात आली.

हा मंदिराच्या सूक्ष्म व्यवस्थापनाचा (Micro Management) भाग आहे. तिथे पाण्याच्या बाटल्यादेखील विकल्या जात होत्या. दुकानात १० रुपयांना मिळत असलेली पाण्याची बाटली तिथे १५ रुपयांना विकली जात होती. मंदिरात बाजार चालतोय, हे मला रुचलं नाही. तेव्हा मंदिरात आरओ (Reverse osmosis plant) प्लँट उभारण्यात आला. सर्वांसाठी शुद्ध पाणी मोफत उपलब्ध करून देण्यात आलं. तासन्‌तास लोक रांगेत उभे असतात, साहजिकच त्यांना चहा-कॉफीची गरज भासते. परंतु इतकं धनाढ्य मंदिर असूनही चहा आणि कॉफीसाठी लोकांकडून पैसे घेतले जात होते. अशा प्रकारची दरआकारणी बंद करून जो मागेल त्याला चहा, कॉफी, दूध, बिस्कीट याची सोय आम्ही व्यवस्थापनातर्फे करून दिली.

'शिदोरी' या पुस्तकाच्या प्रकाशन समारंभाला मुख्य अतिथी मा. भैयाजी जोशी (तत्कालीन सरकार्यवाह, रा.स्व.संघ), शिवशाहीर पद्मविभूषण बाबासाहेब पुरंदरे, सुप्रसिद्ध साहित्यिक व अ.भा.साहित्य संमेलनाचे माजी अध्यक्ष पद्मश्री मधु मंगेश कर्णिक, 'राजहंस'चे संपादक आनंद हर्डीकर आणि सुरेश हावरे, अमर हावरे इ.

'शिदोरी' पुस्तक-प्रकाशन समारंभाला उपस्थित श्रोतृवृंद

‘शिदोरी’ पुस्तकाबद्दल डॉ. सुरेश हावरे यांना
महाराष्ट्र राज्य सरकारचा स्व. यशवंतराव चव्हाण राज्य वाङ्मय पुरस्कार - २०१९
प्रशस्तिपत्र व सन्मानचिन्ह

महाराष्ट्र शासन

महाराष्ट्र राज्य साहित्य आणि संस्कृती मंडळ

स्व. यशवंतराव चव्हाण राज्य वाङ्मय पुरस्कार २०१९

स्व. यशवंतराव चव्हाण राज्य वाङ्मय पुरस्कार या योजनेअंतर्गत **प्रौढ** विभागातील **संकीर्ण (क्रीडासह)** या वाङ्मय प्रकारासाठी दिला जाणारा **भाई माधवराव बागल** पुरस्कार **‘शिदोरी’** या साहित्यकृतीसाठी **डॉ. सुरेश हावरे** यांना प्रदान करण्यात येत आहे.

हार्दिक अभिनंदन !

सुभाष देसाई
मंत्री,
मराठी भाषा

सदानंद मोरे
अध्यक्ष,
महाराष्ट्र राज्य साहित्य आणि संस्कृती मंडळ

विश्वजीत कदम
राज्यमंत्री,
मराठी भाषा

मुंबई
दिनांक : २७-०२-२०२१

'नॅनो हाउसिंग' या इंग्रजी पुस्तकाच्या प्रकाशनप्रसंगी प्रमुख पाहुणे मा. नितिनजी गडकरी
(केंद्रीय वाहतूक व महामार्ग मंत्री) यांच्या हस्ते दीपप्रज्वलन

'नॅनो हाउसिंग' या पुस्तकाचे प्रकाशन करताना मा. नितिनजी गडकरी
मा. मंगलप्रभात लोढा, मा. विनोद तावडे, सुरेश हावरे, अमित हावरे व अमर हावरे

शिर्डी येथील श्रीसाई समाधीमंदिर

साईबाबांच्या समाधीचे दर्शन घेताना डॉ. सुरेश हावरे, सोबत पत्नी सौ. नलिनी हावरे

शिर्डी येथे साईसेवक योजनेत शपथपूर्वक सहभागी होणारे भाविक-भक्तगण

शिर्डी येथे साई संस्थानच्या वतीने उभारण्यात आलेले अत्याधुनिक शैक्षणिक संकुल

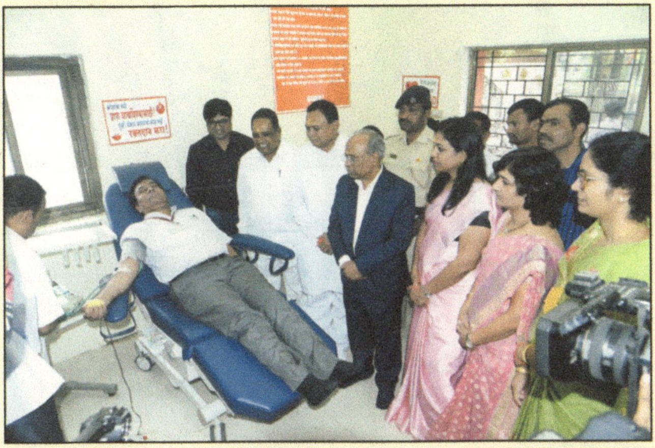

शिर्डी येथे दररोज आयोजित केल्या जाणाऱ्या रक्तदान कक्षाला भेट देताना
डॉ. सुरेश हावरे, श्री. चंद्रशेखर कदम, सीईओ श्रीमती रूबल अग्रवाल इ.

शिर्डी येथील साई द्वारकामाई अगरबत्ती प्रकल्पामुळे ज्यांना रोजगार मिळाला, अशा महिलांसह
डॉ. सुरेश हावरे आणि अन्य विश्वस्त, श्रीमती शालिनी राधाकृष्ण विखे पाटील इ.

नगर जिल्ह्यातील शिंगवे-नाईक येथील माऊली सेवा प्रतिष्ठानच्या वार्षिक संमेलनप्रसंगी डॉ. सुरेश हावरे, सोबत शिवाजी गोंदकर, डॉ. राजेंद्र फडके, इला भाटे, डॉ. राजेंद्र धामणे, डॉ. सुचेता धामणे व इतर मान्यवर

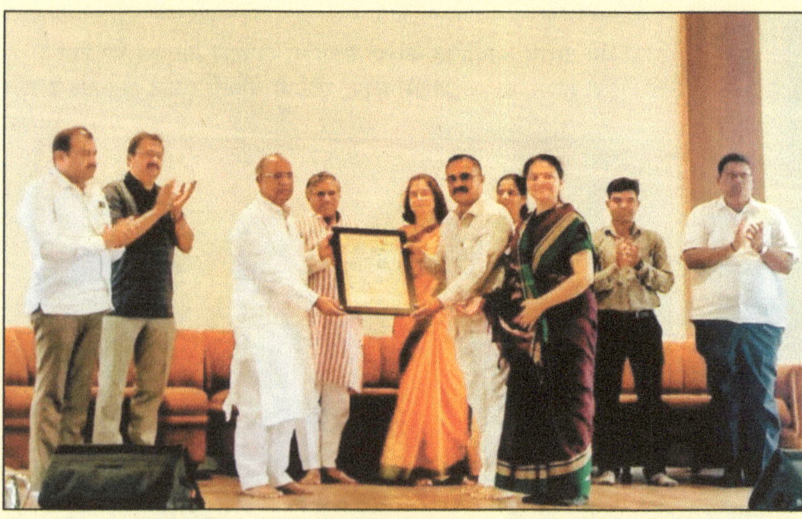

डॉ. राजेंद्र धामणे यांच्याकडून मानपत्र व सन्मान स्वीकारताना डॉ. सुरेश हावरे

नवी मुंबईतील वाशी–तुर्भे येथील सामंत हायस्कूल, विज्ञान शिबिरातील विद्यार्थी व सोबत मा.आ.श्री. गणेश नाईक, संस्थेचे अध्यक्ष श्री. चंद्रकांत पाटील इ. आणि विद्यार्थिनी

वरील विज्ञान प्रदर्शनाच्या उद्घाटनप्रसंगी भाषण करताना डॉ. सुरेश हावरे

स्व. रामभाऊ कापसे स्मृती व्याख्यानमाला, सुभेदार वाडा कट्टा, कल्याण येथील कार्यक्रमात डॉ. सुरेश हावरे यांना सन्मानित करताना संस्थेचे संस्थापक अध्यक्ष दीपक जोशी, डॉ. आनंद कापसे, माजी आमदार नरेंद्र पवार, श्री. अण्णा वाणी इ.

डोंबिवली येथील पै फ्रेंड्स लायब्ररीच्या पुस्तक आदान-प्रदान प्रदर्शनाचे उद्घाटन करताना डॉ. सुरेश हावरे, सोबत 'महाराष्ट्र टाइम्स'चे संपादक अशोक पानवलकर

वरील पुस्तकप्रदर्शन न्याहाळताना डॉ. सुरेश हावरे, सोबत श्री. अशोक पानवलकर व श्री. सुधीर जोगळेकर इ.

बाबांच्या समाधीवर अडीच ते तीन टन फुलं रोज वाहिली जात होती. पण ही फुलं दुसऱ्या दिवशी कचऱ्यात फेकली जात असत. हे आपल्या सर्वच मंदिरांचं वास्तव आहे. या गोष्टीच्या वेदना झाल्या पाहिजेत, पण फार कमी लोकांना याच्या वेदना होतात. मला त्या वेदना झाल्या. भक्तांच्या भावनेचा हा खूप मोठा अनादर आहे, असं मला तेव्हा जाणवलं. या फुलांचं काय करता येईल? यासाठी मी अनेक संस्थांना बोलावलं. काही लोकांनी सल्ला दिला, की फुलं आणि हारांच्या वापरावरच निर्बंध घाला. त्यामुळे ही समस्याच संपून जाईल. आम्ही त्याप्रमाणे निर्बंध लावले; पण नंतर फूलविक्रेते, हार बनवणारे, गुच्छ तयार करणारे असे शेकडो लोक माझ्याकडे आले. ते म्हणाले, 'आमचा उदरनिर्वाह या फुलांवरच चालतो. फुलांवर तुम्ही निर्बंध घातलेत, तर आमचं काय होणार?' शिर्डीच्या आजूबाजूच्या पन्नास गावांमध्ये फुलांची शेती होते. ते म्हणाले, की 'सर, आम्ही वर्षांनुवर्षं केवळ फुलांचीच शेती करत आहोत. फुलांचा व्यापार बंद झाल्यास आम्ही काय करायचं?'

त्यामुळे फुलं बंद करणं हा निर्णय योग्य ठरणार नसून यासाठी काही पर्याय शोधला पाहिजे, असं जाणवलं.

आपल्या इथे कोणत्याही समस्येवर दोनच प्रकारे समाधान शोधलं जातं. एक आहे राजकीय समाधान (Political Solution) आणि एक आहे प्रशासकीय समाधान (Administrative Solution); पण मला वाटतं, की या दोन्ही पद्धतींनी समाधान मिळत नसून तंत्रज्ञानाधिष्ठित पद्धतीनंच समाधान मिळू शकतं. (Technological Solution). यामुळे या फुलांचं काय करावं? हा पेच सोडवण्यासाठी मी अनेक तंत्रज्ञांना बोलावण्यास सुरुवात केली. त्यातील इको निर्मितीवाले रोहित सदाफळ यांनी सांगितलं, की या फुलांमधील गुलाबाच्या फुलांमधून गुलकंद, अत्तर, अगरबत्त्या तयार करता येईल. यातील व्यावहारिक पर्याय मी त्यांना शोधून काढण्यास सांगितला. आज ती फुलं शिर्डीच्या शेजारी उभारण्यात आलेल्या एक कारखान्यात जातात. तेथे त्या फुलांचं रूपांतर अगरबत्त्यांमध्ये होतं. स्वयंसेवी संस्थेमार्फत आम्ही हा प्रयोग केला. बचत गटातील महिलांना त्यात काम दिलं. यातून २०० महिलांना रोजगार मिळाला आहे. या फुलांची विल्हेवाट लावून त्यांच्या पाकळ्या वेगळ्या करून त्या सुकवल्या जातात. सुकवून त्यांची पावडर केली जाते. पावडरला गम लावून ती काड्यांना चिकटवली जाते आणि त्याची अगरबत्ती तयार केली जाते. साधारणतः अगरबत्त्यांची ५ हजार पाकिटं रोज तयार केली जातात. तीस रुपयांना एक पाकीट विकलं जातं. दीड लाख रुपयांच्या अगरबत्तीची रोज विक्री होते. त्यांच्या विक्रीसाठी आम्ही मंदिरातच एक गाळा दिलेला आहे. बाबांच्या समाधीवरील फुलांची अगरबत्ती

म्हणजे बाबांचा प्रसाद, असं भाविकांना वाटतं. त्या अगरबत्त्या ते घेऊन जातात. आज या अगरबत्त्यांचा सुगंध देशभर, जगभर पसरलेला आहे. दिवसाला दीड लाख म्हणजे वर्षाला ५ कोटी रुपयांचा हा उद्योग उभा झाला आणि २०० महिलांना त्यातून रोजगार मिळाला. मंदिराला १० टक्के म्हणजे वार्षिक पन्नास लाखांचं उत्पन्न मिळालं.

शिर्डीला उदी प्रसादाचं महत्त्व भरपूर आहे. ही उदी घेण्यासाठी भाविकांना वेगळी रांग लावावी लागत होती. द्वारकामाईमध्ये जी धुनी चालते, त्यात गायीच्या गोवऱ्या टाकल्या जातात. त्यांची राख म्हणजे उदी. त्या उदीला चाळून ही फाइन उदी तयार केली जाते. ही उदी मशीनद्वारे पाकिटांमध्ये भरली जाते. एका पाकिटात दीड ग्राम उदी भरली जाते. रोज अशी पन्नास हजार पाकिटं तयार होतात. येणाऱ्या भाविकांची संख्या ही सत्तर हजारांपर्यंत जाते, उत्सवाला हा आकडा एक ते दीड लाखांपर्यंत जातो. मी त्यांना सल्ला दिला, की 'पाकिटांमध्ये दीड ग्रामऐवजी एक ग्राम उदी भरा. यामुळे ५० हजार पाकिटांऐवजी ७५ हजार पाकिटं तुम्हांला तयार करता येतील. रोज तुमच्याकडे २५ हजार पाकिटं शिल्लक राहतील. हा साठा तुम्ही उत्सवासाठी वापरा. दर्शन झाल्यावर भाविकांना तिथेच उदी प्रसाद द्या. यामुळे उदी प्रसादासाठी वेगळी रांग लावण्याची आवश्यकता नाही.' याप्रकारे वेगळी रांग बंद झाली. भक्त सुखावले.

तेथे व्हीआयपी कक्षदेखील आहे. कुणी प्रतिष्ठित पाहुणे आले, की त्यांचं दर्शन झाल्यावर त्यांना त्या व्हीआयपी कक्षात नेलं जातं. त्यांच्या कपाळाला चंदन लावलं जायचं. म्हणून ज्या भक्ताच्या कपाळावर चंदन आहे, तो व्हीआयपी आहे, असं समजलं जातं. सामान्य भक्तांच्याही कपाळावर चंदन लावलं जावं, याच्या मी सूचना दिल्या. भक्त ज्या प्रवेशद्वारातून येतात, त्या प्रवेशद्वारावर दोन जण उभे करून येणाऱ्या प्रत्येक भक्ताच्या कपाळावर चंदन लावलं जावं, अशा मी सूचना दिल्या. यासाठी आवश्यकता होती केवळ दोन माणसांची आणि चंदनाच्या एका वाटीची. ही बाब जरी छोटीशी वाटत असली, तरी अनेक भक्तांनी असा अभिप्राय दिला, की अशा प्रकारे स्वागत केल्यानं आम्हांलादेखील व्हीआयपी झाल्यासारखं वाटतं आहे.

साईबाबांच्या या मंदिराचा आवाका तुम्हांला कळला पाहिजे म्हणून काही गोष्टी तुमच्यासमोर मांडतो. मंदिराची २२०० कोटी रुपयांची बँकेत मुदत ठेव आहे. २०,००० लोक थांबू शकतील, एवढ्या मोठ्या धर्मशाळा आहेत. ५७५ खाटांची दोन रुग्णालयं आहेत. ६,००० विद्यार्थी शिकतील अशा शाळा, महाविद्यालय, आयटीआय अशा संस्था आहेत. ३५०० लोक एकाच वेळी जेवतील, एवढं मोठं प्रसादालय आहे. त्या प्रसादालयात एक लाख लोकांचं

जेवण बनवता येईल, एवढं मोठं स्वयंपाकघर आहे. सौरऊर्जेवर चालणारं हे स्वयंपाकघर आहे. एवढा मोठा आवाका असणाऱ्या मंदिरात भोजनासाठी १० रुपये द्यावे लागत होते. ते आम्ही बंद करून, प्रसादभोजन भाविकांना मोफत उपलब्ध करून दिलं. पण हे सर्व चालवायला मंदिरात पैसे तर आले पाहिजेत म्हणून एक योजना अमलात आणली. वाढदिवस, लग्नाचा वाढदिवस, आप्तांचा स्मृतिदिन याप्रीत्यर्थ लोकांना अन्नदान करण्याचं आवाहन केलं. एक दिवसाच्या अन्नदानासाठी साडेपाच लाख रुपयांचा खर्च आहे. दानकर्त्यांचं नाव फलकावर आणि टीव्ही स्क्रीनवर दाखवलं जाईल, अशी ती योजना होती. याचा असा परिणाम झाला, की वर्षातील ३६५ दिवसांपैकी २५० दिवसांच्या अन्नदानासाठी लवकरच नोंदणीदेखील झाली. ५ लाख नाही, पण दोन लाख, एक लाख, पन्नास हजार अशा देणग्या भक्तांकडून यायला लागल्या. यामुळे मंदिरात भोजन मोफत झालं.

शिक्षण आणि आरोग्य सेवा या अत्यंत महाग झाल्या आहेत. याचा भरमसाट खर्च सर्वसामान्य माणूस नाही पेलू शकत. म्हणून ५७५ खाटांच्या रुग्णालयात मोफत उपचार दिले जाऊ लागले. या इस्पितळात एंजिओप्लास्टी, बायपास सर्जरी, व्हॉल्व रिप्लेसमेंट यांच्यासारख्या शस्त्रक्रिया मोफत केल्या जातात. मेंदू, मणक्याची शस्त्रक्रिया, सांध्यांच्या शस्त्रक्रिया, सांध्यांची रिप्लेसमेंट करण्याची सर्जरी यांसारख्या शस्त्रक्रिया मोफत केल्या जातात. एवढेच नाही, तर रुग्णालयात रुग्णाचं तसेच रुग्णासोबत असणाऱ्या व्यक्तीचं जेवण विनामूल्य आहे. रुग्णाला घरी सोडल्यावर त्याला घरी जाण्यासाठी तिकिटाचे पैसेदेखील दिले जातात. बारीक बारीक गोष्टीवर लक्ष केंद्रित करून या सोयी निर्माण करण्यात आल्या आहेत.

भोजन झाल्यावर पानात उष्टया अन्नाची समस्या जाणवू लागली. दिवसाला असं पाच टन अन्न वाया जात होतं. म्हणजे जवळपास पाच हजार लोक जेवू शकतील, एवढं अन्न वाया जाणं ही गंभीर बाब होती. त्यामागची कारणं आणि त्यावर उपाय शोधणं गरजेचं होतं. मी तेथील प्रमुखांना सांगितलं, की 'यामागची कारणं शोधा.' तेव्हा असं लक्षात आलं, की भाजी घेऊन जाणाऱ्या ट्रॉलीची चाकं जॅम झाली होती. त्या ट्रॉलीनं जास्त वेळा ये-जा करणं शक्य नसल्यानं वाढपी एकाच वेळी जास्त भाजी वाढून देत होता. त्यामुळे अन्न वाया जायचं. आम्ही त्या ट्रॉलींची चाकं बदलून टाकली. जेवण वाढण्यात येत असलेल्या द्रोणांचा आकार मोठा असल्याचं लक्षात आलं. आम्ही तो आकार अर्धा केला. भोजनालयातील तुटलेल्या फरशांमध्ये ट्रॉलीचं चाक अडकत होतं. आम्ही खालची फारशी बदलून ग्रॅनाइट फ्लोरिंग केलं. जेवणातील तिखट कमी केलं. ज्याला जास्त तिखट हवं

असेल, त्या लोकांना पंगतीत मिरच्या वाढा, अशी सूचना करण्यात आली. महिन्याभरात वाया जाणारं अन्न पाच टनांवरून केवळ पाऊण टनावर आलं. दरडोई केवळ १९ ग्राम अन्न आता वाया जातं. तेही शून्यावर आणण्याचा प्रयत्न सुरू आहे. एवढं मोठं काम सूक्ष्म व्यवस्थापनतंत्रामुळे होऊ शकलं.

अशा छोट्या गोष्टींसह मोठ्या गोष्टींकडे लक्ष देणंदेखील महत्त्वाचं आहे. अशा २५ योजनांची सुरुवात आम्ही केली. सर्व भक्तांसाठी आणि व्यवस्थेसाठी परिणामकारक ठरतील, अशा प्रकारच्या त्या योजना होत्या.

तिरुपतीला केशदानाची परंपरा आहे. याचं मजेशीर उदाहरण म्हणजे बसमधून तिरुपतीला जाताना भक्तांच्या डोक्यांवर केस असतात, पण तेथून परतताना सगळ्यांच्या डोक्यांवरून केस गायब असतात. मी जेव्हा तिरुपतीला गेलो होतो, तेव्हा सहज त्यांच्या मुख्य कार्यकारी अधिकाऱ्यांना विचारलं, की 'तुम्ही दान केलेल्या केसांचं काय करता?' ते म्हणाले, की 'यातून केरेटिन नावाचं रसायन मिळतं. ते केशवर्धनासाठीच्या औषधांमध्ये, प्रसाधन उत्पादनांमध्ये वापरलं जातं. यातील केसांचा वापर विगसाठीदेखील केला जातो, त्याची निर्यातदेखील होते' वगैरे वगैरे. मी त्यांना विचारलं, की 'यातून तुम्हांला उत्पन्न किती मिळतं?', तर त्यांनी जो आकडा सांगितला, त्यानं मला आश्चर्य वाटलं. त्यांनी सांगितलं, की 'या केसांमधून आम्हांला वर्षाला २०० कोटी रुपयांचं उत्पन्न मिळतं.' हे केस तसे कचऱ्यात गेले असते, पण त्यांचा योग्य वापर करण्यात आला.

मग माझ्या मनात विचार आला, की तिरुपतीला जसं केशदान केलं जातं, तशी शिर्डीलादेखील एक परंपरा सुरू केली पाहिजे. म्हणून आम्ही असं ठरवलं, की तिरुपतीला केशदान, तर शिर्डीला रक्तदान!

मंदिराच्या आवारातच रक्तदान कक्ष उभारण्यात आला. सुरुवातीला १०-१५ लोक रक्तदान करीत होते, पण हळूहळू या उपक्रमाबाबत जागरूकता वाढली. आज रोज १५० ते २०० लोक तिथे रोज रक्तदान करतात. शिर्डीत रक्त साठवण्याची क्षमता केवळ तीनशे बॅग्सची असल्यानं आम्ही महाराष्ट्रातून २५ रक्तपेढ्यांना निमंत्रित केलं. जनकल्याण समितीच्या १२ रक्तपेढ्या त्याचप्रमाणे सरकारी, स्वयंसेवी रक्तपेढ्या तेथे आल्या. या संस्थांना एकेक वार निश्चित करून दिला आहे. त्या दिवशी त्या येतात, रक्त संकलन करतात. अशा प्रकारे शिर्डीतून साडेतीन लाख युनिट रक्त महाराष्ट्रभर पुरवलं जात आहे. यामुळे अनेकांचे प्राण वाचत आहेत. रक्तदान करणाऱ्याला एक प्रशस्तिपत्र दिलं जातं. हे प्रशस्तिपत्र असणाऱ्याला थेट बाबांचं दर्शन करण्याची सोय करून देण्यात आली आहे. हे प्रशस्तिपत्र लोक घरी घेऊन जातात. त्याचं एक समाधान लोकांना मिळतं. या उपक्रमाचा कोणताही औपचारिक प्रचार झाला नाही; पण आज रक्तदानाची परंपरा

शिर्डीत सुरू झाली आहे.

शिर्डी संस्थान, मंदिर, प्रसादालय, निवासालय सर्व स्वच्छ आहेत. ती कामं होतातच; पण शिर्डी गावात मात्र अस्वच्छता मात्र आहे. मी जेव्हा राष्ट्रपतींना शताब्दी कार्यक्रमासाठी निमंत्रण देण्यासाठी गेलो, तेव्हा त्यांनी मला 'शिर्डी स्वच्छ करा,' असं सांगितलं.

त्यानंतर शिर्डी कशी स्वच्छ करता येईल, यावर मंथन सुरू झालं. तोडगा काढण्यासाठी आम्ही नगरपरिषदेच्या लोकांना बोलावलं. चर्चेअंती या स्वच्छता मोहिमेत लोकांचा, मंदिराचा आणि मजुरांचादेखील सहभाग असावा, असं ठरलं. दर महिन्याला संस्थान त्यासाठी ४२ लाख रुपये खर्च करते. शिर्डी दिवसातून दोनदा स्वछता केली जाते. गेल्या वर्षी जेव्हा स्वछता सर्वेक्षण झालं, त्यात शिर्डी शहराचा स्वच्छतेत राज्यात पहिला क्रमांक आला. त्यासाठी महाराष्ट्र शासनाचं पंधरा कोटी रुपयांचं पारितोषिक नगरपालिकेला मिळालं.

शिर्डीत माझी नियुक्ती झाल्यानंतर अनेक शहरांतील मंदिरांमध्ये मी गेलो. तिरुपती, पशुपतिनाथ, सुवर्णमंदिर, द्वारका, वाराणसी, शेगाव... यांसारख्या अनेक ठिकाणी गेलो. शेगावचं मंदिर-व्यवस्थापन सर्वोत्तम आहे. परंतु शेगाव गावात अस्वच्छता आहे. त्या ठिकाणी गेल्यावर मला जाणवलं, की शहराच्या किंवा गावाच्या स्वच्छतेची जबाबदारी घेणारं एकही मंदिर आपल्या देशात नाही. गावाच्या स्वच्छतेची जबाबदारी घेणारं शिर्डी हे एकमेव मंदिर आहे.

शिर्डीला पायी येणाऱ्यांची संख्या मोठी आहे. महाराष्ट्रभरातून पालखी घेऊन भक्त शिर्डीला येतात. यात तरुणांची संख्या मोठी आहे. या तरुणांना काहीतरी कार्यक्रम दिला पाहिजे, असा विचार आमच्या डोक्यात आला. शेगावला गेल्यावर मला लक्षात आलं, की त्या व्यवस्थापनात एकही नोकर किंवा कामगार नाही. म्हणजे त्यावर होणारा खर्च शून्य आणि मंदिराची कामं सेवेकरी लोक करतात. ही सेवेकरी योजना शिर्डीतही आणण्याचं मी ठरवलं. यासाठी मी शिवशंकर भाऊ पाटलांना भेटलो, त्यांच्यासह दोन तास चर्चा केली. त्यांना सांगितलं, की 'मला ही योजना शिर्डीत आणायची आहे'. त्यांनी म्हटलं, की 'ही योजना तुम्ही नाही आणू शकत.' मी विचारलं, की 'मी का नाही आणू शकत?', त्यांनी उत्तर दिलं, की 'ही योजना इथे यशस्वीरीत्या राबविण्यासाठी ७५ वर्षं लागली. गजानन महाराज हयात असतानाच्या काळापासून ही योजना असून तिला आज हे स्वरूप आलेलं आहे. तुम्ही शिर्डीत ३ वर्षं राहणार, त्यानंतर तुमची बदली होईल. तीन वर्षांत तुम्ही काय करणार?' पुढे ते म्हणाले, की 'इथे मीच सर्व सांभाळतो. पण तिथे तुम्हांला प्रश्न विचारणारे १५ लोक आहेत. तुम्हांला त्यांनाही उत्तरं द्यायची आहेत. तुम्हांला काही ही योजना राबवता येणार नाही.' मी शिवशंकर भाऊ

पाटलांना एवढंच उत्तर दिलं, की 'तुम्ही फक्त आशीर्वाद द्या, मी योजना यशस्वी करण्याचा प्रयत्न करतो.'

मग आम्ही एक 'साई सेवक संमेलन' भरवलं. यात पालखी यात्रेत येणाऱ्या युवकांना निमंत्रित केलं. या दिवसभराच्या संमेलनात सर्वप्रथम ही योजना त्यांच्या समोर मांडली आणि मग त्यावर त्यांना मतं देण्यास सांगितलं. योजना अशी होती, की प्रत्येक मंडळानं वीस जणांचा एक गट करायचा. यातील एकविसावा सदस्य गटनायक असेल. या गटाची नोंदणी मंदिरात करायची. त्या गटाला मंदिरात मोफत सेवेची संधी दिली जाईल. या सेवेत मंदिराची सफाई, भक्तांची देखभाल, भोजनप्रसाद वाढणं, किचनमध्ये भाजी चिरणं, भांडी घासणं, आवश्यक ती कामं करणं अशा अनेक कामांचा समावेश होता. या सेवेकऱ्यांना मंदिरात राहणं, जेवणं मोफत होतं. त्याचबरोबर त्यांचा विमादेखील आम्ही काढला. कुणाला दवाखान्यात न्यावं लागलं, तर उपचारदेखील मोफत. १० गट एका आठवड्याला म्हणजे वर्षाकाठी ५२० गट म्हणजेच जवळपास ११,५०० भक्तांची आवश्यकता एका वर्षासाठी लागणार होती. संमेलनात ही चर्चा सुरू असतानाच भक्तांनी नोंदणीदेखील सुरू केली.

गट नोंदणी ही सोपी नव्हती; त्यांना नाव, पत्ता, पोलीस पडताळणी प्रमाणपत्र सर्व द्यावं लागणार होतं. पोलीस पडताळणी प्रमाणपत्र नंतर आणण्याची मुभा देण्यात आली. मला सांगताना आनंद होतोय, की पहिल्याच दिवशी ५७० गटांची नोंदणी झाली. १३,५०० भक्तांनी नोंदणी केली. त्या वर्षीच्या गुरुपौर्णिमेपासून या साई सेवा उपक्रमाची सुरुवात झाली. आजही हा उपक्रम सुरू असून हजारो भक्तांनी तेथे सेवा दिली आहे. लोक मोठ्या आनंदानं, भक्तिभावानं तिथे सात दिवस राहतात. बाबांनी मला शिर्डीला बोलावलं आहे आणि सेवेची संधी दिली आहे, अशी भावना आता भाविकांच्या मनात असते. नव्या गटाचं काम मंगळवारी सुरू होतं, तर जाणाऱ्या गटाचं काम मंगळवारी सकाळी संपतं. या वेळी या २० गटांचं एकत्रीकरण असतं. जाणारे गट अनुभव-कथन करतात, येणाऱ्या गटांना शपथ दिली जाते. काय करावं, काय करू नये, हे सांगितलं जातं, कामाची वाटणी केली जाते. दोन-अडीच वर्षांपासून हे असं सुरू असून ही योजना अत्यंत यशस्वी ठरली आहे.

आम्ही इथेच थांबलो नाही. साईबाबांची किती मंदिरं आहेत आणि कुठे कुठे आहेत, याचा आम्ही हिशोब लावला. ४३ देशांमध्ये साईबाबांची मंदिरं आहेत. परदेशांत जवळपास ४५० मंदिरं आहेत. एकट्या अमेरिकेत साईबाबांची ८० मंदिरं आहेत. इंग्लंडमध्ये ५ आहेत. फ्रान्स, जपान, न्यूझीलंड, ऑस्ट्रेलिया जर्मनीमध्ये आणि इतरही देशांमध्ये साईबाबांची मंदिरं आहेत. देशभरात ८०००

मंदिरं आहेत. देशभरातील ८००० आणि परदेशातील ४५० अशा जवळपास साडेआठ हजार मंदिरांशी आम्ही संपर्क केला आणि दोन वर्षं 'जागतिक साई मंदिर परिषदे'चं आयोजन केलं. यात आपले उपराष्ट्रपती वेंकय्या नायडूदेखील उपस्थित होते. या सर्व मंदिरांतील केवळ एका विश्वस्ताला बोलावण्यात आलं होतं. या दिवसभराच्या संमेलनात साडेपाच हजार विश्वस्त सामील झाले. आपले मंदिरदेखील शिर्डीच्या साईमंदिराशी जोडलं गेलं आहे, याचा प्रचंड आनंद त्यांना झाला. शिर्डीतील साईबाबांच्या मंदिराला 'व्हॅटिकन'चं स्वरूप आलं पाहिजे. जगभरातील साईमंदिरं शिर्डीच्या साईमंदिराशी जोडली गेली पाहिजेत, असा माझा मानस होता.

साईबाबांचं मंदिर मी आयएसओ प्रमाणित करून घेतलं. पूजा, विधी या सर्व पद्धती प्रमाणित करून घेतल्या. या पद्धती सर्व मंदिरांमध्ये सारख्याच वापरल्या जाव्यात, यासाठी त्या आम्ही संकेतस्थळावर प्रसिद्ध केल्या. त्यासाठी एक ॲप तयार केलं. त्यावर पूजाविधी पद्धती, आरतीची पद्धत अशा अनेक गोष्टी, मराठी, संस्कृत, हिंदीमध्ये उपलब्ध करून दिल्या आहेत. अनेक मंदिरांमध्ये या पद्धती जशाच्या तशा सुरू झाल्या. या मंदिरांमध्ये मराठीतील आरत्या जशाच्या तशा म्हटल्या जातात. sai.org.in यावर जाऊन तुम्ही साईबाबांचं थेट दर्शन घेऊ शकता. त्याचसह राहण्यासाठी जागेची नोंदणी करणं, दर्शनाचं बुकिंग करणं या सर्व सोयी त्यात देण्यात आल्या आहेत. हे प्रयोग तर झालेच; पण मी अमरावती आणि पुणे विद्यापीठांच्या कुलगुरूंनाही भेटलो. त्यांच्याशी मी मंदिर व्यवस्थापन या विषयावर चर्चा केली. भारतातील सर्व मंदिरं जर आपल्याला भक्ताभिमुख, समाजाभिमुख, सेवाभिमुख करता आली, तर आपल्या देशात, आपल्या समाजात परिवर्तन व्हायला वेळ लागणार नाही. यासाठी आपल्याला विद्यापीठात मंदिर व्यवस्थापन विषय शिकवला जावा, यासाठी प्रयत्न करायला हवेत. मंदिर व्यवस्थापनात एम.बी.ए. डिप्लोमा, सर्टिफिकेट कोर्स सुरू व्हायला हवेत. असं व्यवस्थापन शिकलेले लोक त्या मंदिरात जातील.

मित्रहो, मी याला रिलिजिअस इंडस्ट्री म्हणतो. आपल्या देशातील कोणत्याही उद्योगाहून अधिक उलाढाल या रिलिजिअस उद्योगामध्ये आहे. एवढेच नाही, तर सर्वांत जास्त रोजगार क्षमतादेखील यात आहे. आरत्या लिहिणं, त्यांना चाल देणं, छपाई करणं, त्याला वाद्यांची साथ देऊन प्रकटीकरण करणं यासाठी लोकांची गरज आहे. पूजाविधी करण्यासाठी लोकांची गरज आहे. या दोन्ही कुलगुरूंनी मला सांगितलं, की 'तुम्ही आम्हांला एक वर्कबुक बनवून द्या. आम्ही तातडीनं हा अभ्यासक्रम आमच्या विद्यापीठांत सुरू करायला तयार आहोत.' यासाठी मी मंदिर व्यवस्थापन या विषयावर पुस्तक लिहायला सुरुवात केली

आहे. मंदिर व्यवस्थापन म्हणजे काय, हे माझ्या प्रत्यक्ष अनुभवांतून समजावून देण्याचा प्रयत्न मी त्यात केला आहे.

मी वैज्ञानिक आहे. चमत्कारावर विश्वास ठेवणारा मी माणूस नाही. विज्ञानाला पुनरावृत्ती (Repeatability) लागते. म्हणजे २+२ = ४ ही बेरीज आपण शंभर वेळा जरी केली, तरी शंभराव्या वेळीही दोन अधिक दोन चारच येणार. तशीच त्याला पुनरुत्पादकताही (Reproducibility) लागते. गुरुत्वाकर्षणाचा नियम आहे, की कोणतीही वस्तू वर फेकली, की ती खाली येणार. आपण दगड वर फेकला तर तो खाली येतो म्हणजे तो (Reproduce) होतो. हे विज्ञानाचे नियम आहेत. या दोन्ही नियमांवर जग चालतं. पण विज्ञानापलीकडेही जग आहे, यावर आता माझा विश्वास बसत चालला आहे.

इतकं सांगून या ठिकाणी माझ्या या विषयाची मी सांगता करीत आहे. आपण मन लावून हा विषय ऐकलात, यासाठी मी तुम्हांला धन्यवाद देतो, आभार व्यक्त करतो. एका नव्या विषयाची मांडणी करण्याची मला संधी दिलीत, त्यासाठीदेखील मी आभार व्यक्त करतो. धन्यवाद, जय हिंद! जय महाराष्ट्र!

■

(स्व. रामभाऊ कापसे स्मृती व्याख्यानमाला,
सुभेदार वाडा कट्टा, कल्याण येथील कार्यक्रमातील भाषण)

शिदोरी
उद्योजकतेची

“

“जेव्हा आपण नव्या उद्योगाला सुरुवात करतो, तेव्हा त्याबद्दल आपल्याला पूर्ण माहिती असणं आवश्यक आहे. त्या उद्योगाचं तंत्रज्ञान, कौशल्य हे सर्व तुमच्याकडे असणं गरजेचं आहे. त्याचबरोबर त्यातील संभाव्य धोकेदेखील तुम्हांला माहीत असणं गरजेचं आहे. निव्वळ अंधारात लाठी चालवून तुम्हांला काही मिळणार नाही. उद्योग करताना जोखीम ही घेतलीच पाहिजे; परंतु ती जोखीमदेखील हिशोबशीर असायला हवी.”

❋ ❋ ❋

“प्रामाणिकपणे उद्योग करता येतो, या गोष्टीवर आपला विश्वास असला पाहिजे. नीतितत्त्वं, मूल्य हे कुठल्याही उद्योगाचा पाया आहेत. तुमचा हा पाया जेवढा मजबूत असेल, उद्योगाची तेवढीच मोठी इमारत तुम्हांला उभी करता येईल. सोप्या, खोट्या मार्गाच्या किंवा आडवाटेचा वापर केलात, तर इमारत छोटी होणार. म्हणून प्रामाणिकपणा हा तुमच्यात असलाच पाहिजे आणि प्रामाणिकपणे उद्योग करता येतो, यावर तुमचा विश्वास असला पाहिजे. मी नेहमी म्हणतो, की विश्वास हा तुमच्या उद्योगाचा श्वास आहे. हा श्वास नसेल, तर उद्योग बंद पडेल.”

”

उद्योग आणि बरंच काही

लोहाचा नाश इतर कोणी नाही, तर त्याचा स्वत:चाच गंज करू शकतो. त्याचप्रमाणे एखाद्या व्यक्तीला दुसरं कोणीही नष्ट करू शकत नाही, परंतु तिची स्वत:ची मानसिकताच नष्ट करू शकते.

- रतन टाटा

नमस्कार, मी डॉक्टर अजित मराठे, राजेंद्र सावंत यांच्यासह आपलं स्वागत करतो. आज आपल्यासोबत आहेत डॉ. सुरेश हावरे सर. आमच्या विनंतीला मान देऊन सुरेश सर इथे आले आहेत, याचा आम्हांला अत्यंत आनंद आहे. सुरेश सरांच्या ऑफिसमधून हे फेसबुक लाइव्ह केलं जात आहे. आपण सर्वजण सुरेश सरांना ओळखताच. सध्या शिर्डी संस्थानाचे ते अध्यक्ष आहेत; लेखक, प्रथितयश उद्योजक आणि आमच्यासारख्या उद्योजकांचे ते मार्गदर्शकदेखील आहेत. नॅनो हौसिंग या विषयामध्ये सुरेश सरांनी पीएच. डी. केली आहे. सुरेश सरांची अनेक पुस्तकं प्रकाशित झाली आहेत. त्यातील तीन पुस्तकं आमच्यासोबत आहेत. ‘उद्योग करावा ऐसा’, दुसरं आहे ‘स्टार्टअप मंत्र’ आणि तिसरं पुस्तक ‘उद्योग तुमचा...पैसा दुसऱ्याचा.’

‘उद्योग तुमचा...पैसा दुसऱ्याचा’ या पुस्तकाचं नावच इतकं लक्षवेधी आहे, की या पुस्तकाच्या आत्तापर्यंत १५ आवृत्त्या प्रकशित झाल्या आहेत. या सर्वच आवृत्त्यांना वाचकांचा भरभरून प्रतिसाद मिळाला. पुस्तकाच्या या नावाबद्दल आणि यामागे काय दडलंय, याबाबत आपण चर्चा करणार आहोत.

अजित मराठे : सर, कोरोनाच्या काळात उद्योजकानं स्वत:च्या आरोग्याची काळजी कशी घ्यावी, याबद्दल थोडं मार्गदर्शन करा, त्याचप्रमाणे तुमचा दिनक्रम कसा असतो, याबाबतदेखील आम्हांला थोडी माहिती द्या.

डॉ. हावरे : मी बऱ्याच वेळा विद्युत केंद्राची (Power station) गोष्ट सांगतो. विद्युत केंद्राचा नफा कशात असतो, तर ते विद्युत केंद्र सुरू राहण्यामध्ये. प्रत्येक विद्युत केंद्र हे देखभाल-दुरुस्ती करण्यासाठी काही काळ बंद ठेवावं लागतं, काही वेळा त्यात बिघाड होतात. विद्युत केंद्र वर्षातील ३६५ दिवसांपैकी किती दिवस चालू राहिलं, यावर त्याची कामगिरी मोजली जाते. अणुऊर्जा केंद्राची कार्यक्षमता ही ८० ते ८५ टक्क्यांपर्यंत असते. औष्णिक ऊर्जाकेंद्राची कार्यक्षमता ६० ते ७० टक्के एवढी असते. जलविद्युत केंद्राची कार्यक्षमता सर्वाधिक म्हणजे ९० ते ९५ टक्क्यांपर्यंत असते. आता माणसाची कार्यक्षमतादेखील अशीच मोजली पाहिजे. माणूस वर्षभरातून किती दिवस काम करीत होता, किती दिवस आजारी होता? स्वत:ची कार्यक्षमता ९९ ते १०० टक्के राहिली पाहिजे, यासाठी उद्योजकानं प्रयत्न करायला हवेत. उद्योजकानं रोज कामावर हजर असणं खूप आवश्यक आहे. आपण आजारी पडण्याआधी आपलं शरीर आपल्याला संकेत देतं, या संकेतांकडे लक्ष द्यायला हवं. त्यावेळी जर तुम्ही अर्धा दिवस किंवा एक दिवस योग्य आराम केला, तर आजारी पडून राहण्याचे तुमचे पुढील तीन ते चार दिवस वाचतील.

अजित मराठे : हावरे सर, बऱ्याच वेळा उद्योजकाला एखादी चांगली कल्पना सुचली, की तो थेट त्या उद्योगात उडी घेतो आणि फसतो. तुमच्या 'उद्योग करावा ऐसा' या पुस्तकात मी एक छान वाक्य वाचलं, ते म्हणजे, 'उद्योगाचं ज्ञान आणि धोका यामध्ये समतोल राखला पाहिजे'. कृपया याबाबत काही मार्गदर्शन करा.

डॉ. हावरे : जेव्हा आपण नव्या उद्योगाला सुरुवात करतो, तेव्हा त्याबद्दल आपल्याला पूर्ण माहिती असणं आवश्यक आहे. त्या उद्योगाचं तंत्रज्ञान, कौशल्य हे सर्व तुमच्याकडे असणं गरजेचं आहे. त्याचबरोबर त्यातील संभाव्य धोके काय आहेत, हेदेखील तुम्हांला माहीत असणं गरजेचं आहे. निव्वळ अंधारात लाठी चालवून तुम्हांला काही मिळणार नाही. उद्योग करताना जोखीम ही घेतलीच पाहिजे; परंतु ती जोखीमदेखील हिशोबशीर असायला हवी. म्हणून जो काही उद्योग तुम्ही करणार असाल, त्याचं ज्ञान तुम्हांला असणं गरजेचं आहे. परंतु केवळ उद्योगाचं ज्ञानच तुम्ही घेत राहिलात आणि जोखमीच्या भीतीनं उद्योगाला सुरुवातच केली नाहीत, तर त्याचाही काही उपयोग नाही. म्हणून ज्ञान आणि जोखीम यांची सांगड घालून उद्योगाला सुरुवात करायला हवी.

राजेंद्र सावंत : सुरेश सर, हाच प्रश्न मी वेगळ्या पद्धतीनं विचारतो. तुमच्या 'उद्योग करावा ऐसा' या पुस्तकात एक सुंदर वाक्य आहे. 'उद्योगामध्ये जिथे कर्तृत्व संपतं, तिथे नशीब सुरू होतं.' नशीब किंवा दैवावर किती विश्वास ठेवावा आणि कर्तृत्वावर किती विश्वास ठेवावा? असा अनेकांचा प्रश्न आहे.

डॉ. हावरे : नशीब आणि दैव म्हणजे नक्की काय असतं? मला वाटतं, की प्रत्येक माणसाची एक क्षमता असते आणि त्या क्षमतेपर्यंत त्या माणसानं काम केलंच पाहिजे. मात्र जर एखादी व्यक्ती त्याच्या पूर्ण क्षमतेनं काम करीत नसेल, त्यात कंजुषी करून केवळ नशिबावर अवलंबून राहत असेल, तर ती नक्की अपयशी होणार. म्हणून आपल्या पूर्ण क्षमतेनं काम करायला हवं. आता प्रत्येकाची एक मर्यादादेखील असते. ज्ञान, माहिती, क्षमता या सर्व गोष्टींना एक मर्यादा असते. तुम्ही अनेकांवर मदतीसाठीदेखील अवलंबून असता. बँक, भांडवलदार, मित्र, नातेवाईक... उद्योगाचे असे जे पैलू असतात, जे तुमच्या नियंत्रणापलीकडे असतात, ते सर्व पैलू नशिबाचे असतात. त्यापलीकडे जे असतं, ते दैव. म्हणून तुम्ही तुमच्या १०० टक्के क्षमतेनं काम करायला हवं. एक गोष्ट पक्की लक्षात ठेवली पाहिजे, की जिथे कर्तृत्व संपतं, तिथून नशीब सुरू होतं, त्याआधी नाही. म्हणून कर्तृत्व गाजवणं महत्त्वाचं आहे.

अजित मराठे : पण सर, कार्यक्षमता कशी परिभाषित करावी? अनेक लोक म्हणतात, की मी करायचे तेवढे प्रयत्न केले, आता माझ्याकडून काही होणार नाही. एखाद्यानं १०० टक्के क्षमतेनं काम केलं आहे, हे कसं ओळखावं?

डॉ. हावरे : क्षमता समजावून देण्यासाठी मी नेहमी एक उदाहरण देतो. स्कूटर चालवणाऱ्या एखाद्या व्यक्तीला आपण सांगितलं, 'ही किल्ली घे, मोटार चालव', तर तो म्हणेल, की 'नाही, माझी मोटार चालवण्याची क्षमता नाही, मी स्कूटरच चालवतो.' मोटार चालवणाऱ्याला जर ट्रक चालवायला सांगितलं, तर तोदेखील म्हणेल, की 'नाही, माझी कार चालवण्याची क्षमता आहे, मी ट्रक चालवू शकत नाही.' ट्रक चालवणाऱ्याला जर आगगाडी चालवायला सांगितलं, तर त्याला ते जमणार नाही. आता ही सर्व सारख्याच हाडामांसाची माणसं आहेत. मग एकाची क्षमता कमी आणि एकाची क्षमता जास्त, असं कसं काय? तर ज्यानं मोठी जोखीम पत्करली, त्याची क्षमता मोठी आहे. ज्यानं छोटी जोखीम पत्करली, त्याची क्षमता कमी आहे. क्षमतेचा मी अजून एक मापदंड सांगतो. Capacity is not a physical parameter. क्षमता हा काही शारीरिक ताकदीचा मापदंड

नाही, तो मानसिक सबळतेचा मापदंड आहे. तुमची क्षमता अमर्याद आहे, तुमच्या शरीराला मर्यादा आहेत. एका मर्यादेहून अधिक काम शरीर नाही करू शकत; पण तुमच्या मनाला असं कोणतंच बंधन नाही. म्हणून क्षमता हा मनाचा गुणधर्म आहे, हे लक्षात ठेवावं.

राजेंद्र सावंत : सर, भांडवल नाही म्हणून उद्योग करता येत नाही, असं कारण मराठी लोक देतात. उद्योग करण्यासाठी पैसा नसणं ही अनेकांची सर्वांत मोठी तक्रार आहे. तुम्ही तुमच्या पुस्तकात म्हटलंय, की 'उद्योग तुमचा आणि पैसा दुसऱ्याचा'; पण मग हा दुसऱ्याचा पैसा आपल्याकडे कसा आणायचा?

डॉ. हावरे : 'उद्योग तुमचा, पैसा दुसऱ्याचा' या माझ्या पुस्तकात मी एक अत्यंत महत्त्वाचं वाक्य टाकलंय आणि ते म्हणजे 'उद्योग करायला पैसा नव्हे, तर वृत्ती लागते'. उद्योग सुरू करताना लोकांना अनेक अडचणी असतात. काही लोकांना इंग्रजी येत नाही; कोणी ग्रामीण भागातून आलेला असतो म्हणून त्याला उद्योग करण्याचा आत्मविश्वास नसतो; मी अमुक जातीचा आहे, मी कसा उद्योग करणार, आमच्या घराण्यात कोणीच उद्योग केला नाही... अशा अनेक अडचणी लोकांना असतात. पण सर्वांत मोठी अडचण असते, ती पैशाची. माझ्या वाडवडलांनी मोठी इस्टेट सोडली नाही. जर त्यांनी मोठी इस्टेट सोडली असती, तर मीदेखील उद्योजक झालो असतो, असं अनेकांचं म्हणणं असतं. माझं दुसरं पुस्तक आहे, 'उद्योग करावा ऐसा'. त्यात एकवीस उद्योजकांचा प्रवास आहे आणि ते सर्व त्यांच्या घराण्यातील पहिले उद्योजक आहेत. ज्यांना आपण पहिल्या पिढीतले उद्योजक असं म्हणतो, असे! उद्योग करण्यासाठी पैसे लागत नाहीत, तर उद्योग करण्यासाठी वृत्ती लागते.

मी आपल्याला एक छोटंसं उदाहरण देतो. एका फुगेविक्रेत्याकडे रंगबिरंगी फुगे असतात. एक लहान मुलगा त्या विक्रेत्याकडे जातो. तो मुलगा त्या फुगेविक्रेत्याला विचारतो, की 'हा लाल रंगाचा फुगा आकाशात जातो का?', तो फुगेवाला उत्तर देतो की, 'हो, जातो.' मग तो विचारतो, की 'हा पिवळ्या रंगाचा फुगा आकाशात जातो का?' तो फुगेवाला सांगतो, की 'हा पण जातो.' मग तो मुलगा विचारतो, 'हा निळ्या रंगाचा फुगा आकाशात जाईल का?' फुगेवाला म्हणतो, 'हो.' पुढे तो मुलगा अनेक रंगांच्या फुग्यांबद्दल हाच प्रश्न विचारतो. तेव्हा तो फुगेवाला त्या मुलाला सांगतो, की 'बाळा, हा फुगा कोणत्या रंगाचा आहे, त्याचं नाव, गाव काय आहे, यावरून तो आकाशात उडतो की नाही, हे ठरत नाही. त्या फुग्याच्या आतमध्ये जे आहे, त्यामुळे तो हवेत उडतो.' त्याचप्रमाणे

उद्योग करण्याची वृत्ती तुमच्या आत किती आहे, यावरून ठरेल, की तुम्ही उद्योग करू शकणार की नाही?'

आता दुसऱ्याचा पैसा कसा मिळवायचा, या मुद्द्याकडे वळू या. आपण एक वाक्यप्रचार नेहमी ऐकतो, की 'पैसे काय झाडाला लागतात काय?' तर माझं म्हणणं आहे, की पैसे हे झाडालाच लागलेले असतात, पण ते झाड तुम्हांला ओळखता आलं पाहिजे. ही झाडं तुमच्या आजूबाजूलाच असतात. पैसे देणारे हे तुमचे नातेवाईक, मित्रमंडळी, शेजारी, परिचयातील लोक असे कोणीही असू शकतात, ते तुम्हांला निधी देऊ शकतात. तुमच्याकडे उद्योगाचं एक प्रारूप असलं पाहिजे आणि ते दाखवून तुमच्यावर पैसे लावण्याचा विश्वास तुम्हांला इतरांमध्ये निर्माण करता आला पाहिजे. जिंकणाऱ्या घोड्यावरच पैसे लावले जातात, हरणाऱ्या घोड्यावर कोणीही पैसे लावत नाही आणि तुम्ही जिंकणारे आहात, हे तुम्हांला सिद्ध करावं लागणार. परिचितांचा पैसा आपण मिळवण्याचा प्रयत्न आधी करायचा. त्यांनतर आपलं वर्तुळ मोठं करीत उद्यम भांडवलदार (Venture Capitalist), धनाढ्य व्यक्ती (High Networth Individuals), बँका यांच्याकडून तुम्ही पैसा मिळवू शकता. दुसऱ्याचा पैसा स्वत:कडे आणणं हे एक कौशल्य आहे, ते तुम्ही अवगत करायला हवं आणि उद्योगात पडल्याशिवाय काही ते अवगत करता येत नाही. मी नेहमी म्हणतो, की पुस्तक वाचून तुम्हांला पोहता येणार नाही. त्याचप्रमाणे पुस्तक वाचून तुम्हांला उद्योग करता येणार नाही. पाण्यात उडी मारल्याशिवाय, नाकातोंडात पाणी गेल्याशिवाय जसं पोहता येत नाही, तसाच उद्योगात उडी मारल्याखेरीज उद्योग शिकता येत नाही.

अजित मराठे : सर, तुम्ही एक ख्यातनाम, एक व्यस्त उद्योजक आहात. तुम्हांला पुस्तक लिहावंसं का वाटलं आणि तुम्ही विषय कसा निवडलात?

डॉ. हावरे : असं म्हटलं जातं, की जो स्वत:च्या चुकांमधून शिकतो, तो सामान्य माणूस; पण जो इतरांच्या चुकांमधून शिकतो, तो चाणाक्ष माणूस. माझ्या आयुष्यातील चुकांमधून आपण जे शिकलो आहे, ते इतरांच्या उपयोगी पडू शकेल; प्रत्येकाला या चुका करण्याची गरज नाही; आपला उद्योगाचा जो अनुभव आहे, एवढ्या वर्षांत आपण जे शिकलेलो आहे, ते इतरांना सांगायला हवं, हा जेव्हा आतून आवाज आला, तेव्हा पुस्तकं लिहिण्याचा निर्णय घेतला. माझे अनुभव लोकांच्या उपयोगी पडू शकतात, असं मला जाणवलं. या जाणिवेतून पुस्तक लिहिण्यात आलं. 'उद्योग तुमचा, पैसा दुसऱ्याचा' या पुस्तकाला महाराष्ट्रात उत्तम प्रतिसाद मिळाला आहे. या पुस्तकात मी मुद्दाम माझा फोन नंबर आणि

ईमेल आयडी दिला आहे, हे पुस्तक वाचल्यानंतर अनेकांचे मला संदेश, व्हॉट्सप आणि मेल येतात. अनेकांनी हे पुस्तक त्यांना उद्योगात मार्गदर्शक ठरलं असल्याचं म्हटलं आहे.

राजेंद्र सावंत : सर, तुम्ही पुस्तकात 'कमी नफा आणि जास्त उलाढाल' हे यशाचं एक सूत्र सांगितलं आहे, तर उद्योजकांना तुमचं हे जे सूत्र आहे, ते कृपया जरा समजावून द्या.

डॉ. हावरे : आपलं उत्पादन किंवा सेवा जे काही आपण बाजारात दाखल करीत आहोत, त्याचं मूल्य हे आपणच ठरवायचं असतं. हे मूल्य सरकार किंवा इतर कोणती संस्था ठरवत नाही. अर्थातच बाजारातील मागणी आणि पुरवठा यावरच कोणत्याही उत्पादनाची किंवा सेवेची किंमत ठरवली जाते. पण त्यातही प्रत्येक उद्योग आपल्याला नफा किती मिळवायचा, हे ठरवत असतो. म्हणजे माझी विक्री कमी झाली, तरी चालेल; पण मी नफा जास्त कमावणार. कुणी मध्यम, तर कुणी कमी नफा मिळवायचा, अशा रणनीतीनं उद्योग करतात. माझं म्हणणं असं आहे, की कमी नफा घेऊन जरी तुम्ही उद्योग केला, तरी तुमची मिळकत भरपूर होऊ शकते. यासाठी तुम्हांला उलाढाल वाढवावी लागेल. नफा कमी होत असेल, तरी तुमची उलाढाल आपोआपच वाढत जाईल. याचा फायदा असा, की तुमच्या उत्पादनासाठी तुम्हांला जाहिरात करावी लागत नाही, लोकच तुमच्या उत्पादनाची जाहिरात करतात. म्हणूनच कमी नफा आणि जास्त उलाढाल, हे यशाचं सूत्र आहे, असं मला वाटतं. प्रत्येक उत्पादनाचा प्रामाणिक नफा (Margin of Honesty) तुम्हांला द्यायला लोक तयार असतात. तुम्ही मेहनत केली आहे, हे उत्पादन निर्माण केलं आहे, त्यावर दोन पैसे तुम्हांला मिळालेच पाहिजेत. परंतु त्याच जागी जर तुम्ही वीस पैसे मागायला गेलात, तर तुम्हांला ते द्यायला लोक तयार होणार नाहीत. या प्रामाणिक नफ्याच्या सूत्राचा वापर करून तुम्ही उद्योग केला पाहिजे.

राजेंद्र सावंत : प्रामाणिकपणावर एक प्रश्न आहे की, उद्योग आणि नीतिमत्ता याचं प्रमाण काय असायला हवं?

डॉ. हावरे : हा अत्यंत महत्त्वाचा विषय असून माझ्या पुस्तकातदेखील मी त्याचा समावेश केला आहे. प्रामाणिकपणे उद्योग करता येतो, या गोष्टीवर आपला विश्वास असला पाहिजे. नीतितत्त्वं, मूल्यं कुठल्याही उद्योगाचा पाया

आहेत. तुमचा हा पाया जेवढा मजबूत असेल, तेवढीच उद्योगाची मोठी इमारत तुम्हांला उभी करता येईल. सोप्या, खोट्या मार्गाच्या किंवा आडवाटेचा वापर केलात, तर इमारत छोटी होणार. म्हणून प्रामाणिकपणा हा तुमच्यात असलाच पाहिजे आणि प्रामाणिकपणे उद्योग करता येतो, यावर तुमचा विश्वास असला पाहिजे. मी नेहमी म्हणतो, की विश्वास हा तुमच्या उद्योगाचा श्वास आहे. हा श्वास नसेल, तर उद्योग बंद पडेल.

अजित मराठे : सर, एक अत्यंत मजेशीर प्रश्न आहे, की कामासाठी अत्यंत महत्त्वाच्या असणाऱ्या, पण स्वकेंद्रित आणि लोकांना कसं हाताळावं?

डॉ. हावरे : याचं उत्तर मी एका उदाहरणातून देतो. आपल्या दैनंदिन जीवनात देवाची पूजा करणं हा भाग असतोच. आता देव प्रसन्न व्हावा, यासाठी काय करावं लागतं, तर देवाची आराधना करावी लागते. आपण जी आरती देवासमोर करतो, त्यातही देवाचं गुणगान केलेलं असतं. म्हणजे जर देवालाही त्याचं गुणगान आवडत असेल, तर मग आपण साधीसुधी माणसं आहोत. प्रत्येकाला स्वत:ची प्रशंसा आवडते. आयुष्यात असो वा उद्योगात, अहंकार कधीच नसावा; पण एखादी व्यक्ती असेल अहंकारी, तर तिच्या कलानं जाऊन पाहा, त्याचा अहंकार दुखावू नका. शेवटी तुम्हांला तुमचं काम करून घ्यायचं आहे. उद्योगाची एक भाषा असते. एखादी व्यक्ती धन्यवाद म्हटलं किंवा दिलगिरी व्यक्त केली, की त्यावरूनही सुखावते. धन्यवाद, दिलगिरी व्यक्त करणं हे काय आहे, तर हे उद्योगाच्या भाषेतील शिष्टाचार आहेत. 'मी तुला बघून घेईन, तू मला ओळखत नाहीस', ही उद्योगाची भाषा नाही. उद्योग करायचा असेल, तर Sorry आणि Thank You या शब्दांचा अमाप वापर केला पाहिजे.

अजित मराठे : सर, जाता जाता आपल्या तीन पुस्तकांच्या अनुषंगानं काय संदेश द्याल तुम्ही?

डॉ. हावरे : मित्रहो, 'रोहन प्रकाशना'नं माझी 'उद्योग तुमचा, पैसा दुसऱ्याचा', 'उद्योग करावा ऐसा' आणि 'स्टार्टअप मंत्र' ही तीन पुस्तकं प्रकाशित केली आहेत. उद्योगाच्या वेगवेगळ्या विषयांना हाताळणारी ही पुस्तकं आहेत. ही तिन्ही पुस्तकं 'रोहन प्रकाशना'नं एकत्रितपणे विकण्यास सुरुवात केली आहे. या पुस्तकांचा कॉम्बो बाजारात उपलब्ध आहे. लोकांना परवडेल अशी किंमत या कॉम्बोची ठेवण्यात आली आहे. या पुस्तकांची ई-बुक्सदेखील फ्लिपकार्ट, ॲमेझॉन

यांच्यासारख्या विविध वेबसाइटस्‌वर उपलब्ध आहेत. माझं हे म्हणणं आहे, की आता नोकऱ्या राहिल्या नाहीत. नोकरीच्या मागे तुम्ही धावत राहिलात, तर एखादा झेंडा हाती घेऊन तुम्हांला 'झिंदाबाद... मुर्दाबाद' अशा घोषणा देण्याची पाळी येईल. म्हणून नोकऱ्या मागणारे होऊ नका, नोकऱ्या देणारे व्हा. असं करायचं असेल, तर ही तिन्ही पुस्तकं तुम्ही वाचा, अशी माझी विनंती आहे.

अजित मराठे : मित्रहो, माझा एक सल्ला आहे, की पुस्तकं केवळ तुम्ही वाचू नका, तर तुमच्या उद्योजक किंवा उद्योग करण्यास इच्छुक असणाऱ्या मित्रांनादेखील भेट द्या. यामुळे त्यांचं आयुष्य बदलण्यात नक्की मदत होईल.

■

('बिझनेस आणि बरंच काही' या वेब सीरीजवरील मार्गदर्शन,
दि. १२ जानेवारी २०२१.)

लॉकडाऊननंतर उद्योग करावा ऐसा!

पुढे जाण्याचं रहस्य म्हणजे प्रारंभ करणं. प्रारंभ करण्याचं रहस्य म्हणजे तुमची संपूर्ण गुंतागुंतीची अवघड कार्यं छोट्या सोप्या कार्यांमध्ये विभागणं आणि नंतर पहिल्यापासून सुरू करणं.

- मार्क ट्वेन

नमस्कार मित्रहो, 'रोहन प्रकाशन' आयोजित 'रोहन साहित्य मैफिली'च्या 'गपशप दिल से' या कार्यक्रमात मी डॉक्टर सुरेश हावरे तुमचं स्वागत करतो. अणुशास्त्रज्ञ, उद्योजक, लेखक, साईबाबा संस्थान शिर्डीचा अध्यक्ष असा माझा परिचय आहे. 'रोहन प्रकाशना'नं माझी तीन पुस्तकं प्रकाशित केली आहेत. 'उद्योग तुमचा, पैसा दुसऱ्याचा' हे पहिलं पुस्तक. मला सांगताना आनंद होतोय, की या पुस्तकाला तुफान यश मिळालं. महाराष्ट्रभर हे पुस्तक पोहोचलं, बेस्टसेलर ठरलं. त्यानंतर 'उद्योग करावा ऐसा' हे दुसरं आणि त्यानंतरचं 'स्टार्टअप मंत्र' हे तिसरं पुस्तक. ही संधी घेऊन या निमित्तानं मी 'रोहन प्रकाशना'चे रोहन चंपानेरकर आणि प्रदीप चंपानेरकर या दोघांचेही आभार मानतो. माझी पुस्तकं त्यांना प्रकाशित करण्यायोग्य वाटली, यासाठी मी त्यांना धन्यवाद देतो. 'रोहन प्रकाशना'चं महाराष्ट्रातच नाही, तर महाराष्ट्राच्या बाहेरदेखील नेटवर्क उत्तम आहे.

माझ्या पुस्तकांत मी माझा भ्रमणध्वनी क्रमांक, ईमेल आयडी दिला होता. पुस्तकं वाचून झाल्यावर शेकडो लोकांनी मला फोन केले, संदेश पाठवले. यातून मला ते जाणवलं. 'दिल से गपशप' असा कार्यक्रम आम्ही सुरू केला आहे, असं मला रोहन चंपानेरकर यांनी सांगितलं. मला सांगताना आनंद होतोय, की या कार्यक्रमाचे ११ भाग आतापर्यंत झाले आहेत. हा कार्यक्रम साहित्य क्षेत्रात गाजत असून त्याची चर्चा होते आहे. हजारो लोकांपर्यंत हा कार्यक्रम पोहोचत असल्याचा मला खूप आनंद आहे. लॉकडाऊनमध्ये अशा प्रकारचा विशेष उपक्रम राबवल्याबद्दल मी 'रोहन प्रकाशना'चे आभार मानतो आणि आपल्या सर्वांच्या वतीनं त्यांचं अभिनंदन करतो.

मित्रहो, आजच्या कार्यक्रमासाठी मला 'लॉकडाऊननंतर उद्योग करावा ऐसा' हा विषय दिलेला आहे. 'रोहन प्रकाशना'ची पुस्तकं वाचणारे, या संस्थेशी जोडले गेलेले अनेक लहान-मोठे उद्योजक आहेत. त्याचप्रमाणे पुस्तक प्रकाशनदेखील एक उद्योग आहेच, तर या उद्योगांबद्दल, त्यासोबतच माझ्या पुस्तकांबद्दल बोलावं, यासाठी मी इथे आज उपस्थित आहे.

'उद्योग तुमचा... पैसा दुसऱ्याचा' हे पुस्तक पाच वर्षांपूर्वी प्रकाशित झालं. या पुस्तकाच्या हजारो प्रती महाराष्ट्रभर विकल्या गेल्या आहेत. अनेक वाचनालयांमध्ये हे पुस्तक आहे; एवढंच नाही, तर काही शिकवणी वर्गांमध्ये हे पुस्तक पाठ्यपुस्तक म्हणून वापरलं जात आहे. महाराष्ट्रामध्ये जर कुणाला उद्योग करायचा असेल, तर त्याला योग्य मार्गदर्शन कुठे उपलब्ध नाही. उद्योग करणाऱ्याला मार्गदर्शन करणाऱ्या संस्था उपलब्ध नाहीत. यासंबंधी बाजारात अनेक पुस्तकं तर उपलब्ध आहेत; पण ती लेखकांनी लिहिलेली आहेत. उद्योजकांनी लिहिलेली अगदी मोजकी पुस्तकं आहेत. त्यातील 'उद्योग तुमचा...पैसा दुसऱ्याचा' हे एक पुस्तक आहे. हे पुस्तक लिहिण्याआधी मी २० वर्षं उद्योग केला आहे. म्हणून यातील लिखाण हे अनुभवांवर आधारित आहे. अनेकांचा गैरसमज असतो, की उद्योग करण्यासाठी पैसे लागतात. माझ्या वाडवडलांनी जर मला संपत्ती ठेवली असती, तर मीदेखील उद्योगच केला असता. मी नोकरी केली नसती. पैशांच्या बाबतीत हा जो गैरसमज आहे तो दूर करण्याची आवश्यकता आहे. उद्योग हा दुसऱ्याच्या पैशावर करायचा असतो. उद्योगसाठी स्वत:चे पैसे लागत नाहीत. दुसऱ्याचा पैसा स्वत:कडे कसा वळवावा, हे एक कौशल्य आहे.

उद्योग करण्यासाठी पैसे लागत नाहीत. तर उद्योग करण्यासाठी वृत्ती लागते. मी आपल्याला एक छोटंसं उदाहरण देतो. शिव खेर यांनी एक पुस्तक लिहिलं आहे. त्याचं नाव आहे 'You Can Win' (तुम्ही जिंकू शकता!) अनेकांनी हे पुस्तक वाचलंदेखील असेल. यात एका फुगेविक्रेत्याची गोष्ट लिहिलेली आहे. या फुगेविक्रेत्याकडे रंगबेरंगी फुगे असतात. एक लहान मुलगा त्या विक्रेत्याकडे जातो. तो मुलगा त्या फुगेविक्रेत्याला विचारतो की, 'हा लाल रंगाचा फुगा आकाशात जातो का?', तो फुगेवाला उत्तर देतो, की 'हो जातो.' मग तो विचारतो, की 'हा पिवळ्या रंगाचा फुगा आकाशात जातो का? हा निळ्या रंगाचा फुगा आकाशात जाईल का?' तेव्हा तो फुगेवाला त्या मुलाला सांगतो, की 'बाळा, हा फुगा कोणत्या रंगाचा आहे, यावरून तो आकाशात उडतो की नाही, हे ठरत नाही. त्या फुग्याच्या आतमध्ये जे आहे, त्यामुळे तो हवेत उडतो.' त्याचप्रमाणे उद्योजक म्हणून तुम्ही उड्डाण करणार की नाही, हे तुमच्या आतमध्ये काय कौशल्य आहे, यावरून ठरतं. म्हणून उद्योजक होण्यासाठी पैसे लागत नाहीत. ज्यांच्याकडे खूप पैसा आहे, ते काही सारेच उद्योजक झालेत, असं नाही आणि जे यशस्वी उद्योजक होते, त्यांच्याकडे खूप पैसा आधीच होता, अशीही परिस्थिती नाही. उलट ज्या लोकांकडे काहीच नव्हतं, असे लोक उद्योजक झाले आहेत, हे वास्तव आहे. हे वास्तव समोर मांडण्याचा मी प्रयत्न केला आहे.

मित्रहो, मेहनत केल्याशिवाय काहीच मिळत नाही. अशा मेहनतीची आपल्यालाही किंमत असते. तुमच्या उद्योगाची किंवा तुमच्या कोणत्याही कार्याची इमारत तुम्हांला उंच उभारायची असेल, तर त्याचा पायादेखील तेवढाच मजबूत असावा लागतो. पाया मजबूत नसताना जर तुम्ही उंच इमारत उभारलीत, तर ती इमारत कोसळायला वेळ लागणार नाही. पैशाच्या बाबतीत असलेल्या गैरसमजाखेरीज उद्योगाबाबतचा अजून एक गैरसमज म्हणजे उद्योग करायचा म्हणजे चोऱ्या-माऱ्या कराव्या लागतात. प्रामाणिकपणे उद्योग करता येत नाही. मित्रहो, मी

उद्योजक होण्यासाठी पैसे लागत नाहीत!

उद्योजक म्हणून तुम्ही उड्डाण करणार की नाही, हे तुमच्या आतमध्ये काय कौशल्य आहे, यावरून ठरतं. म्हणून उद्योजक होण्यासाठी पैसे लागत नाहीत. ज्यांच्याकडे खूप पैसा आहे, ते काही सारेच उद्योजक झालेत, असं नाही आणि जे यशस्वी उद्योजक होते, त्यांच्याकडे खूप पैसा आधीच होता, अशीही परिस्थिती नाही. उलट ज्या लोकांकडे काहीच नव्हतं, असे लोक उद्योजक झाले आहेत, हे वास्तव आहे.

अनुभवाअंती आपल्याला सांगतोय, की प्रामाणिकपणे उद्योग करता येतो आणि या गोष्टीवर आपला विश्वास असला पाहिजे. हा प्रामाणिकपणा, तत्त्वं, नैतिकता, नीतिशास्त्र हे सर्व आपल्या उद्योगाला पायाभूत आहे. या पायावर उभारली जाणारी इमारतही मजबूत असते.

मेहनतीची किंमत माणसाला कशी असते, याचं एक उदाहरण मी तुम्हांला देतो. एक बेरोजगार मुलगा होता. साहजिकच त्याच्या वडलांना वाटत होतं, की आपल्या मुलानं रोजगार मिळवण्यासाठी काहीतरी केलं पाहिजे. म्हणून ते आपल्या मुलाला सांगत, की 'मी रोज तुला दोन रुपये देत जाईन. यातला एक रुपया तू प्रवासासाठी खर्च कर. वेगवेगळ्या कंपन्यांमध्ये जा, मुलाखती दे आणि नोकरी मिळवण्याचा प्रयत्न कर आणि शिल्लक राहिलेला एक रुपया आपल्या अंगणातील विहिरीत टाकून देत जा.' दुसऱ्या दिवसापासून हा कार्यक्रम सुरू होतो. वडील मुलाला दोन रुपये देतात. मुलगा ते पैसे घेऊन नोकरीसाठी फिरतो. एक रुपया खर्च करतो आणि घरी आल्यावर ठरल्याप्रमाणे उरलेला एक रुपया विहिरीत टाकून देतो. अनेक दिवस हेच सुरू राहतं, पण एक दिवस त्याला रोजगार मिळतो. काम मिळाल्यावर त्या दिवशी तो खूप मेहनत करतो, त्या कामासाठी दिवसाच्या शेवटी त्याला दोन रुपये मिळतात. ते पैसे घेऊन तो घरी येतो. आनंदाच्या भरात आपल्या वडलांना मिठी मारतो आणि सांगतो, की 'बाबा, आता मला रोजगार मिळाला आहे. तुमच्या दोन रुपयांची गरज मला आता भासणार नाही.' वडील त्याला म्हणतात, की 'आपलं ठरल्याप्रमाणे तू दोन रुपयांतील एक रुपया विहिरीत टाकून देत जा.' त्या गोष्टीला मुलगा थेट नकार देतो. 'मी विहिरीत रुपया टाकणार नाही', असं स्पष्ट सांगतो. यावर त्याचे वडील त्याला कारण विचारतात. मुलगा म्हणतो, 'या पैशांसाठी मी खूप मेहनत केली आहे. ही माझ्या कष्टाची कमाई आहे म्हणून मी हा रुपया विहिरीत टाकून देणार नाही.' याचा अर्थ जोपर्यंत वडलांचा एक रुपया विहिरीत टाकायचा होता, तोपर्यंत त्याची काही हरकत नव्हती. त्या पैशाला त्याच्या दृष्टीनं किंमत नव्हती; पण स्वत: कमावलेल्या पैशाची मात्र त्याला किंमत होती.

मित्रहो, किंमत आणि मूल्य यामधील हा फरक आहे. (This is the difference between price and value.) दोन्ही एक-एक रुपयाच आहे. त्या दोन्ही रुपयांची किंमत एकच असली, तरी त्यांचं मूल्य वेगवेगळं आहे. त्या मुलासाठी त्यानं कमावलेला एक रुपया अमूल्य आहे. जो कमावतो, त्यालाच आपल्या मेहनतीचं सर्वाधिक मोल असतं.

माझी तिन्ही पुस्तकं ही उद्योग या विषयावर आहेत. उद्योग जगतात आलेले माझे अनुभव विविध व्यासपीठांवर उद्योजकांशी बोलताना मी मांडले. अनेकांशी

बोलल्यावर मला जाणवलं, की माझ्या अनुभवांचा इतरांनाही उपयोग होऊ शकेल. माझ्या आतून एक आवाज आला, की आपले अनुभव सांगण्याची गरज आहे. त्यानंतर मी पुस्तक लिहायला सुरुवात केली. आतापर्यंत मी आठ पुस्तकं लिहिली आहेत. त्यांतील तीन पुस्तकं ही 'रोहन प्रकाशना'नं प्रकाशित केली आहेत. त्यांतील 'उद्योग तुमचा... पैसा दुसऱ्याचा' या पुस्तकातील उद्योजकांच्या उपयोगाची असलेली दोन उदाहरणं मी तुम्हांला देईन. उद्योग करायला पैसा लागत नाही, पण उद्योग करायला वृत्ती लागते, याची अनेक उदाहरणं तुम्हांला या पुस्तकात मिळतील. उद्योग करण्यासाठी तुमच्यामध्ये एक आग असायला हवी, त्याशिवाय उद्योग करता येत नाही. 'बेडेकर लोणचे' या सुप्रसिद्ध ब्रँडचे अण्णासाहेब बेडेकर यांचं नाव तुम्ही ऐकलंच असेल. अण्णासाहेब बेडेकर यांनी एकदा बाजारात जाऊन २०० लिंबं विकत घेतली. घरी येऊन त्यांनी त्या लिंबाचं लोणचं केलं. ते लोणचं नातेवाईक, मित्रमंडळींना दिलं. काही लोकांना विकलं. त्या लोणच्याची चव लोकांना आवडली. त्यानंतर लोणच्यासाठी त्यांच्याकडे मागणी सुरू झाली. त्या दोनशे लिंबांपासून बेडेकर लोणचे कंपनीचा प्रवास सुरू झाला. आज बेडेकर एक मोठा उद्योगसमूह झालेला आहे.

परिवारामध्ये वाद झाल्यानंतर बाबासाहेब डहाणूकर जेव्हा घर सोडून मुंबईला यायला निघाले, तेव्हा त्यांच्याकडे केवळ ५ रुपये होते. त्यांच्या वडलांनी त्यांना पाणी पिण्यासाठी लोटा दिला होता, तोदेखील त्यांच्या नातेवाइकांनी काढून घेतला. तेव्हा त्यांनी ठरवलं, की 'तुम्ही माझं सर्व हिरावून घ्या. पण माझ्याकडे जे काही आहे, ते घेऊन मी मुंबईला जाईन आणि उद्योग करून दाखवेन.' ते मुंबईत आले, त्यांना अनेक संघर्ष येथे करावे लागले. त्यांची एकदा लोकमान्य टिळकांशी भेट झाली. त्यावेळी झालेल्या चर्चेत टिळकांनी त्यांना संबोधून म्हटलं, की 'तुमच्यासारख्या तरुणांनी उद्योग केला पाहिजे.' टिळकांच्या या शब्दांनी आबासाहेब डहाणूकरांमध्ये स्फुरण चढलं. टिळकांनी मला सांगितलंय, तर मी करू शकतो, मी केलंच पाहिजे, ही प्रेरणा त्यांना मिळाली. त्यांनी मोठा उद्योगसमूह उभारला.

असा प्रेरणा देणारा, आपुलकीचा, विश्वासाचा शब्ददेखील आपल्यासाठी फार महत्त्वाचा ठरतो. दर वेळेस कुणी पैशाचीच मदत करणं गरजेचं नसतं. एखाद्याला विश्वास, ऊर्मी देण्यासाठी काही पैसे लागत नाहीत. माझी ही तिन्ही पुस्तकं त्याच धाटणीतली आहेत.

माझं दुसरं पुस्तक आहे 'उद्योग करावा ऐसा'. या पुस्तकात एकवीस उद्योजकांच्या कथा आहेत, त्यांनी शून्यापासून उद्योग सुरू केला आहे. कुठलंही भांडवल नसताना या लोकांनी उद्योग सुरू केला आहे. माझं पहिलं पुस्तक लोकप्रिय झालं,

त्या पुस्तकाच्या प्रकाशनानंतर काही दिवसांनी एका व्यक्तीचा मला फोन आला, त्यांनी सांगितलं, की 'मी तुमच्या पुस्तकाच्या ५० प्रती खरेदी करणार असून नातेवाईक, मित्रांमध्ये त्या वाटणार आहे.' हा किस्सा मी काही पुस्तकाची जाहिरात करण्यासाठी सांगत नसून केवळ लोकांच्या प्रतिक्रिया तुम्हांला कळाव्यात, यासाठी मांडतो आहे.

उद्योग करायला पैसे लागत नाहीत, तर वृत्ती लागते. हे सिद्ध करण्यासाठी हे पुस्तक मी लिहिलं आहे. 'दि सुरेश हावरे बिझनेस शो' नावाचा एक टॉक शो-देखील मी टीव्हीवर केला होता. या शोमधून मला मिळालेली ही उद्योजक मंडळी आहेत. हे पुस्तकदेखील तुम्ही वाचावं, संग्रही ठेवावं, असं मला वाटतं.

छोट्या उद्योजकांसाठी भारत सरकारनं Micro Loan म्हणजेच छोट्या कर्जाची सुविधा उपलब्ध करून दिली आहे. सूक्ष्म, लघु आणि मध्यम उद्योगांसाठी तीन लाख कोटींचं पॅकेज बँकांमार्फत जाहीर केलेलं आहे. पन्नास हजार रुपये अशा छोट्या रकमेचं कर्ज विनातारण, विनाहमीदार मिळणार आहे. तात्काळ भांडवलाची आवश्यकता असणाऱ्या कोट्यवधी सूक्ष्म, लघु आणि मध्यम उद्योगांना याचा फायदा होणार आहे. रस्त्यावर उद्योग करणारे, सामान विकणारे यांच्यासाठी १० हजार रुपयांपर्यंत कर्जाची सोय सरकारनं केली आहे. बँकांमध्ये या सुविधा उपलब्ध असल्यानं छोट्या उद्योगांना कुठेही मरण नाही, असं मला वाटतं. सध्या जगात चीनबद्दल द्वेष निर्माण होत आहे. कोरोना विषाणू हा चीननिर्मित असून या देशानंच त्याचा प्रसार केला, हा एक जैविक दहशतवादाचा भाग असू शकतो, असं अनेक देशांचं मत असल्यामुळे चीनविरोधात जगभर नाराजीचा सूर उमटतो आहे. यामुळे चिनी वस्तूंचा वापर लोक कमी करणार आहेत. जास्तीत जास्त भारतीय वस्तू वापरण्याचा, त्याचबरोबर भारतातच चिनी उत्पादनाचे पर्याय उभे करण्याचा प्रयत्न सरकारी आणि खासगी क्षेत्रात केला जाईल, अशी स्थिती निर्माण होत आहे.

'आत्मनिर्भर भारत' या मोहिमेचा फायदा उद्योजकांना मोठ्या प्रमाणात होणार आहे. अमेरिकेचे चीनमध्ये असलेले एक हजार उद्योग भारतात येण्यासाठी उत्सुक असल्याचं मी ऐकलं आहे. जपानचे दोन हजार उद्योग आहेत, ज्यांना भारतात यायचं आहे. या सर्व उद्योगांची केंद्र सरकारशी चर्चा सुरू आहे. केंद्र सरकारनं सर्व राज्यांच्या सरकारांकडे यासंबंधी माहिती मागितली आहे. 'या उद्योगांना सामावून घेण्यासाठी तुमच्याकडे जमीन आहे का? मूलभूत सुविधा आहेत का? हे उद्योग थाटण्यासाठी तुम्ही त्यांना परवानगी द्याल का?' या प्रश्नांची उत्तरं केंद्रानं राज्य सरकारांकडून मागितली आहेत. नवे उद्योग आपल्या राज्यात यावेत, यासाठी अनेक राज्यांमध्ये चुरस निर्माण झाली आहे. हे मोठे

उद्योग राज्यांमध्ये आले, की त्यासाठी अनेक गोष्टी गरजेच्या असतात. यातून तेथे अनेक छोटे उद्योग थाटण्यास मदत होते. सेवांची गरज भासते, आदरातिथ्य क्षेत्राची गरज भासते, यातून हॉटेल, रेस्टॉरंट उभारली जातात.

कोरोनामुळे उद्योगधंद्यांवर आघात झाला आहे. येत्या चार ते पाच महिन्यांत ते पूर्वपदावर येतील, असं मला वाटतं. आपल्यावर आलेलं हे संकट नसून ही संकटात आलेली संधी आहे, असं मला वाटतं. जगभरातील हे उद्योग भारतात येण्यासाठी का उत्सुक आहेत, तर सर्वांत मोठे पात्र कार्यबल आपल्या देशात उपलब्ध आहे. इंग्रजी बोलणारी सर्वाधिक लोकसंख्या भारतात आहे. आपली ६५ टक्के लोकसंख्या ही ३५ वर्षांखालील आहे. आपला प्रजासत्ताक देश असल्यामुळे या उद्योगांना पारदर्शकता उपलब्ध होणार आहे, ती चीनसारख्या साम्यवादी देशात नाही. व्यवसाय सुलभ करण्यासाठी शासनाचं पाठबळ आहे. अशा अनेक जमेच्या बाजू आपल्या देशात आहेत. म्हणून या उद्योगांना आपल्या देशात येण्यामध्ये स्वारस्य आहे. हे मोठे उद्योग आपल्या देशात आल्यास त्याचा लाभ आपल्या सर्वांना होणार आहे. कोरोनापूर्व आणि कोरोनानंतर अशा प्रकारे या कालाची विभागणी होणार असून मोठे बदल आपल्याला पाहायला मिळतील. यातील सर्वांत मोठा बदल म्हणजे डिजिटल बदल. मला वाटतं, या बदलाचं आपण सर्वांनी स्वागत करून स्वीकार करायला हवा. रोख रकमेचा वापर व्यवहारात कमी होऊन जाईल. रस्त्यावर सामान विकणारेदेखील यूपीआयचा वापर करून व्यवहार करतील. रोख रकमेचे व्यवहार थांबून डिजिटल व्यवहार सुरू होतील आणि त्या दिशेनंच आपली वाटचाल असली पाहिजे. अनेक उद्योगांचं स्वरूप बदलून जाईल. उदाहरणार्थ, माझा असा अंदाज आहे, की वृत्तपत्र उद्योगाला एक नवं स्वरूप येईल, ते बंद नाही पडणार.

उद्योगांच्या बदलत्या गरजांप्रमाणे त्यांची पूर्तता करणारं स्वरूप उद्योगांना निर्माण करावं लागेल. या काळात उद्योजकानं स्वत:ची, स्वत:च्या आरोग्याची काळजी प्राधान्यानं घेतली पाहिजे. लॉकडाऊननंतर अशा प्रकारचे बदल उद्योगात करावे लागतील. लॉकडाऊन हा काही एकदम उठवला जाणार नाही, तर तो टप्याटप्यानं शिथिल केला जाईल, हेदेखील आपण लक्षात घ्यायला हवं. त्यानुसार उद्योगांना कार्यरत होण्यासाठी मुभा दिली जाईल. ज्या ठिकाणी संसर्ग अधिक असेल, तेथे मात्र निर्बंध राहतील; पण उद्योगांना काही प्रमाणात काम करण्यासाठी वाव दिला जाईल. लॉकडाऊननंतरचा काळ हा निराशाजनक नाही, तर आशाजनक आहे. हे संकट स्वत:सोबत संधीदेखील घेऊन आलं आहे आणि या संधीचं सोनं करण्याची तयारी आपण केली पाहिजे. अनेकांची तक्रार असेल, की मला इंग्रजी येत नाही, मग या लॉकडाउनमध्ये इंग्रजी शिकून घ्या. इंग्रजी शिकणं हे काही

फार अवघड नाही. हा वेळ अशा प्रकारे वापरा, की याचा तुम्हांला भविष्यात भरपूर फायदा होईल. संगणक येत नाही, इंटरनेट, ईमेल वापरणं येत नसेल, तर शिकून घ्या. जपानी उद्योग भारतात येणार आहे, तर जपानी भाषा शिकून घ्या. तुमच्या उद्योगासाठी आवश्यक असं कौशल्य शिकून घ्या. अनेक आवश्यकता आता निर्माण होणार असून या बदलत्या काळात ही नवी कौशल्यं अंगीकारण्याचा हा कालावधी आहे. लॉकडाऊननंतर 'उद्योग करावा ऐसा' या आपल्या कार्यक्रमाला अनेकांच्या प्रतिक्रिया येत असून सर्वांनाच कार्यक्रमात दिलेली माहिती आवडते आहे. अनेकांनी प्रशंसा केली आहे. तुम्ही सर्व या कार्यक्रमात सहभागी झालात आणि तुमचा अमूल्य असा वेळ आम्हांला दिलात, यासाठी मी आपला अत्यंत आभारी आहे. पुन्हा एकदा मी 'रोहन प्रकाशना'चे आभार व्यक्त करू इच्छितो. 'रोहन प्रकाशना'ची साहित्य मैफिल महाराष्ट्रभर गाजते आहे. आता ईबुक्स प्रकाशनासदेखील त्यांनी सुरुवात केली आहे. 'रोहन प्रकाशना'च्या भावी वाटचालीला, योजनांना माझ्या हार्दिक शुभेच्छा आणि तुम्हा सर्वांना धन्यवाद. नमस्कार.

दर्शकांचे प्रश्न आणि त्यावर डॉ. सुरेश हावरे यांची उत्तरं

१. पुढील सहा महिन्यांत सूक्ष्म, लघु आणि मध्यम उद्योग टिकाव कसे धरू शकतील? त्यांच्या क्रेडिट, वसुली, घेतलेली रक्कम फेडणं या सर्वांचा मेळ घालणं अवघड असेल ना?

डॉ. हावरे : या परिस्थितीतून सहजपणे बाहेर पडता येणार आहे. बँकिंग क्षेत्रासंबंधीदेखील सर्व गोष्टी काही दिवसांत सुरळीत होतील.

२. 'शिदोरी' पुस्तकाच्या प्रकाशन सोहळ्यादरम्यान तुम्ही घन कचरा व्यवस्थापन या विषयावर पुस्तक लिहिणं सुरू आहे, असं म्हटलं होतं, ते कधी प्रकाशित होणार आहे?

डॉ. हावरे : पुस्तकावर काम सुरू आहे, अर्ध्याहून अधिक पुस्तक लिहून झालं आहे. मी पुस्तक लिहायचं म्हणून लिहीत नाही. संबंधित विषयावरचं तंत्रज्ञान, प्रकल्प यांना मी भेट देतो. अशी सर्व प्रकारची मी तयारी करतो. जेव्हा वाटतं, की आता हे लोकांना सांगायला हवं, तेव्हाच ते पुस्तक मी लिहितो. याची तयारी झाली आहे, तरी त्याला अजून तीन ते चार महिन्यांचा अवधी लागणार आहे.

३. पर्यटन व्यवसायावर कोरोनाचा काय परिणाम होणार?

डॉ. हावरे : तत्काळ परिणाम हा पर्यटन क्षेत्रावर झालेलाच आहे, पण हा परिणाम दीर्घकालीन असेल, असं वाटत नाही. येत्या २ महिन्यांत कोरोनाची लस उपलब्ध होऊन जाईल. एकदा लस आली, की मग कोरोना हा कोणत्याही इतर सामान्य संसर्गासारखा आपल्या सर्वांना भासेल. आदरातिथ्य उद्योग, पर्यटन उद्योग हे यातून बाहेर पडतील, असं मला वाटतं.

४. लॉकडाऊननंतर कोणकोणते व्यवसाय वाढतील?

डॉ. हावरे : आधारभूत सुविधा देणारे उद्योग वाढणार आहेत, कारण शेकडो उद्योग आपल्याकडे येणार आहेत. आपलं चीनमध्ये होणारे २० टक्के उत्पादन आता भारतात केलं जाईल, असं ॲपलनं जाहीर केलं आहे. जवळपास तीन लाख कोटी रुपयांची गुंतवणूक ते भारतात करणार आहेत. इतक्या मोठ्या उद्योगासाठी साहाय्यक सुविधा पुरवणारे उद्योग वाढीस लागणार आहेत.

५. ब्लॉक चेन तंत्रज्ञानाचं भारतात काय भविष्य असणार आहे?

डॉ. हावरे : ब्लॉक चेन तंत्रज्ञान हे भारतात वाढणार असून या तंत्रज्ञानाचाच हा काळ असणार आहे.

६. 'आत्मनिर्भर भारत' बद्दल काहीतरी माहिती द्यावी.

डॉ. हावरे : जगाच्या पाठीवर भारत हा मदत घेणारा नाही, तर देणारा देश झाला पाहिजे, यासाठी 'आत्मनिर्भर भारत' या मोहिमेचा जन्म झाला आहे. महामारीच्या काळात आपण औषध उत्पादनात प्रचंड प्रगती केली आहे. ५०हून अधिक देशांना आपण क्लोरोक्विनचा पुरवठा केला आहे. भारतात दररोज २ लाख पीपीई किट्सची निर्मिती होत आहे. याचा अर्थ भारत आत्मनिर्भर होतोय, स्वत:च्या पायावर उभा राहतोय. असे अनेक बदल आपल्याला येत्या काळात पाहायला मिळणार आहेत.

■

('रोहन प्रकाशन' आयोजित 'गपशप दिल से'
या वेब सीरीजमधील विचार. दि. १४ मे २०२०.)

नोकऱ्या देणारे व्हा!

श्रेय प्रत्यक्ष रिंगणात उतरलेल्या माणसाचं आहे; ज्याचा चेहरा धूळ आणि घामानं माखलेला आहे; जो पराक्रमानं प्रयत्न करतो, जो चुकतो आणि पुन्हा पुन्हा पडू शकतो, कारण त्रुटी किंवा कमतरतांशिवाय कोणतेही प्रयत्न नाहीत.

– थिओडोर रूझवेल्ट

अतुल राजोळी : नमस्कार मित्रांनो, आजच्या लक्ष्यवेध 'ग्रेट भेट' या कार्यक्रमात मी तुमचं स्वागत करतो. आज आपल्याला एक दिग्गज व्यक्तिमत्त्व भेटायला आलं आहे. आपल्या लक्ष्यवेध परिवाराला हे व्यक्तिमत्त्व अपरिचित नाही. आपल्या व्यासपीठावर ते याआधीही आपल्याला मार्गदर्शन करायला आले आहेत. त्यांच्याबद्दल एक विशेष गोष्ट मी तुम्हांला सांगणार आहे. त्यांची 'उद्योग तुमचा... पैसा दुसऱ्याचा', 'उद्योग करावा ऐसा...' आणि 'स्टार्टअप मंत्र' ही तिन्ही पुस्तकं उद्योगाच्या विविध विषयांशी संबंधित असून स्टार्टअप आणि लघु उद्योगांसाठी या पुस्तकांनी दीपस्तंभाचं काम केलं आहे. तीन लोकप्रिय पुस्तकांचा एक पुस्तकसंच यशस्वी उद्योगाची गुरुकिल्ली म्हणून प्रकाशित झाला आहे. आजच्या आपल्या पाहुण्यांना आपण सगळेच ओळखतो, तरीही थोडक्यात मी त्यांचा परिचय करून देत आहे. बुद्धिमान शास्त्रज्ञ, यशस्वी उद्योजक, विचारवंत लेखक, गिर्यारोहक, समाजसुधारक, शिर्डी संस्थानचे अध्यक्ष डॉ. सुरेश हावरे.

सर, तुमचं स्वागत आहे. तुमची पुस्तकं मी वाचली आहेत. 'उद्योग तुमचा, पैसा दुसऱ्याचा' हे पुस्तक अतिशय लोकप्रिय आहे. या आधीदेखील तुम्ही आम्हांला मार्गदर्शन केलं आहे. आज पुन्हा एकदा आम्ही तुमच्याकडून यशस्वी उद्योगाची गुरुकिल्ली समजावून घेणार आहोत. सर, या पुस्तकात तुम्ही केलेल्या मार्गदर्शनासंबंधी मी तुम्हांला काही प्रश्न विचारणार आहे.

तुम्ही नेहमीच सांगत आला आहात, की उद्योग करण्यासाठी पैसा लागत नाही, तर वृत्ती लागते. पण कोरोना महामारीच्या काळात आर्थिक क्षमता आणि

मनोवृत्ती या दोन्हीवर मोठा परिणाम झाला आहे. अशा वेळी पैसा आणि मनोबल या दोन्हीची गरज आहे. यावेळी तुमचं सूत्र उद्योजकांनी कसं राबवायचं?

डॉ. हावरे : ही पुस्तकं मला का लिहावीशी वाटली, याबद्दल मी आधी तुम्हांला सांगतो. गेली २५ वर्षं मी उद्योग क्षेत्रात कार्यरत आहे. हजारो उद्योजकांना, नवउद्योजकांना मी भेटलो आहे. जेव्हा या उद्योजकांचं मनोविश्व मी जाणून घेतलं, तेव्हा आपले अनुभव आता सर्वांसमोर मांडायला हवेत, असं वाटलं. तेव्हा पुस्तक लिहिण्याचा निर्णय मी घेतला. मी माझ्या अंतर्मनाच्या आवाजाला खूप महत्त्व देतो आणि जेव्हा अंतर्मनातून आवाज आला, की आपले अनुभव आता सांगितले पाहिजेत, तेव्हा पुस्तक लिहिण्यास सुरुवात केली. दुसरी गोष्ट अशी आहे, की मी आहे शास्त्रज्ञ. म्हणून केवळ एखादा सिद्धांत मांडायचा आणि सोडून द्यायचं, असं मला करता येत नाही. त्याची व्यावहारिकतादेखील तपासून पाहायला हवी.

म्हणून माझं पहिलं पुस्तक जे आहे 'उद्योग तुमचा... पैसा दुसऱ्याचा', तो एक सिद्धांत आहे. त्यामध्ये तंत्र किंवा प्रणाली मांडली आहे. उद्योग करण्यासाठी पैसे लागत नाहीत, हा माझा मूलभूत सिद्धांत आहे. आता उद्योग करण्यासाठी पैसा लागत नाही, याचा अर्थ काय? तर उद्योग करण्यासाठी तुमचा पैसा लागत नाही. उद्योग करायला पैसा तर लागतोच; पण उद्योग हा नेहमी दुसऱ्याच्या पैशावर करायचा असतो. हा दुसरा सिद्धांत आहे. हा दुसऱ्याचा पैसा आपल्याकडे कसा आणायचा, हे तंत्र या पुस्तकात मी सांगितलं आहे.

या पुस्तकात मी चार महत्त्वाच्या गोष्टी मांडल्या आहेत. पहिली गोष्ट म्हणजे विश्वास. विश्वास हा उद्योगाचा प्राणवायू आहे. दुसरी गोष्ट आहे खरेपणा, खरेपणानं

लक्ष्यवेध

'लक्ष्यवेध' ही वैयक्तिक आणि व्यावसायिक प्रशिक्षण क्षेत्रातील अग्रगण्य संस्था आहे. अतुल राजोळी हे संस्थेचे संस्थापक आहेत. आतापर्यंत हजारो लोकांनी लक्ष्यवेधच्या विविध उपक्रमांमार्फत आपल्या जीवनामध्ये सकारात्मक परिवर्तन घडवून आणलं आहे. संघटनात्मक नेतृत्व, व्यावसायिक धोरण आणि वैयक्तिक उत्कृष्टता या क्षेत्रातील ते नामांकित आहेत. महाराष्ट्रातील हजारो उद्योजकांसाठी कोच आणि ट्रेनर म्हणून गेली १२ वर्षं ते कार्यरत आहेत. महाराष्ट्रात व्यवसाय प्रशिक्षण क्षेत्रात लक्ष्यवेधला वेगळं आणि विश्वसनीय स्थान प्राप्त झालं आहे.

उद्योग करता येतो, यावर आपला विश्वास असला पाहिजे. अनेकांचा असा गैरसमज आहे, की चोऱ्या, लबाड्या केल्या, तरच उद्योग करता येतात. उद्योग करताना लक्षात ठेवायची तिसरी गोष्ट म्हणजे म्हणजे कमी नफा आणि जास्त उलाढाल. उलाढाल वाढवली, की तुमचा नफादेखील वाढेल. चौथी गोष्ट म्हणजे तुफान कर्तृत्व गाजवण्याची महत्त्वाकांक्षा तुमच्यात असली पाहिजे. हे झालं, पहिल्या पुस्तकाचं. हे पुस्तक तुम्हांला उद्योग शिकवत नाही, तर ते तुम्हांला प्रेरणा देण्याचं काम करतं.

कुठलीही गोष्ट आपण दोनदा करतो. पहिल्यांदा ती गोष्ट आपण मनात करतो आणि मग ती प्रत्यक्षात करतो. मी नोकरी करणार नाही, मी उद्योग करणार. हा ठाम निर्णय मनाशी तुम्ही करावा, यासाठी हे पुस्तक आहे. इतर जी पुस्तकं आहेत, ती या सिद्धांताचं व्यावहारिक ज्ञान देतात. 'उद्योग करावा ऐसा...' या पुस्तकात मी २१ उद्योजकांशी संवाद साधला आहे. त्यांचं भावविश्व या पुस्तकात उलगडून दाखवण्यात आलं आहे. शून्यातून उद्योगविश्व निर्माण करणारे हे लोक आहेत. हे पुस्तक प्रत्येकानं वाचायला हवं, असं मला वाटतं. पहिलं पुस्तक तर आपण वाचलंच पाहिजे. त्यानंतर 'उद्योग करावा ऐसा...' हे पुस्तक वाचावं आणि तिसरं पुस्तक आहे, 'स्टार्ट अप मंत्र'. 'उद्योग करावा ऐसा' या पुस्तकात आता ५० ते ६० या वयोगटात असलेले उद्योजक आहेत, तर 'स्टार्ट अप मंत्र' या पुस्तकात तरुण उद्योजकांशी तुमची ओळख होते. नवीन कल्पना वापरून तंत्रज्ञानाची जोड देऊन अमर्याद विस्तार असलेले स्टार्ट अप सुरू करणाऱ्या उद्योजकांचा यात समावेश आहे. या तीन पुस्तकांचा संच बाजारात उपलब्ध आहे आणि त्याचं स्वागतही वाचकांकडून होत आहे.

अतुल राजोळी : सर, तुम्ही जे चार मुद्दे सांगितलेत, ते अत्यंत महत्त्वाचे असून या प्रत्येक मुद्द्यावर एकेक सत्र आपल्याला घेता येईल. पण तुम्ही जो खरेपणाचा मुद्दा सांगितला, त्याबद्दल मला तुम्हांला विचारायचं आहे. जर उद्योजक त्याच्या आजूबाजूला खोटेपणा करणाऱ्या उद्योजकांना पाहत असेल, तर त्याच्याही मनात तत्त्वांशी तडजोड करण्याचा, झुंडीत सामील होण्याचा विचार येऊ शकतो. अशा वेळेस उद्योजकानं काय करावं?

डॉ. हावरे : मूल्य आणि किंमत यांत फार मोठा फरक असून तो फरक आपण समजून घेतला पाहिजे. याबाबत उदाहरण मी 'उद्योग तुमचा... पैसा दुसऱ्याचा' या माझ्या पहिल्या पुस्तकात दिलं आहे. ते एका बेरोजगार मुलाचं. या आधीही आपण ते वाचलं आहे. म्हणून पुनरावृत्ती करीत नाही. थोडक्यात काय,

तर कष्टानं कमाई केली, की पैशाचं मूल्य आपल्याला कळतं. त्याशिवाय नाही कळत.

त्या मुलासाठी त्यानं कमावलेला एक रुपया अमूल्य आहे. जो कमावतो, त्यालाच आपल्या मेहनतीचं सर्वाधिक मोल असतं. तत्त्व हा यशस्वी उद्योगाचा पाया आहे. जर तुमचा उद्योग योग्य तत्त्वांवर उभा असेल, तर त्याला तुम्ही मोठ्या उंचीवर घेऊन जाऊ शकता. म्हणून तत्त्वांवर आधारित उद्योग करणं आवश्यक आहे. प्रामाणिकपणा हेदेखील एक तत्त्व आहे. प्रत्येक उद्योगात ग्राहक तुम्हांला तुमच्या प्रामाणिकतेचा वाटा द्यायला तयार असतात. (Customer is ready to give you margin of honesty.) तुमच्या उत्पादनावर किंवा सेवेवर तुम्ही १० टक्के नफा कमवा किंवा ५० टक्के नफा कमवा, हा सर्वस्वी तुमचा निर्णय आहे. पण ग्राहकाला खुश ठेवायचं असेल, तर त्या प्रामाणिकतेच्या मार्जिनच्या आत तुम्हांला तुमचा नफा ठेवायला हवा. असं केल्यास ग्राहक तुम्हांला आशीर्वाद देतो. नाहीतर शाप देतो.

उद्योगात ग्राहकाचे आशीर्वाद सर्वांत महत्त्वाचे असतात आणि त्यांचे शाप हे अत्यंत हानिकारक असतात. म्हणून ग्राहकांचे आशीर्वाद घेत नैतिकतेनं काम करणारा उद्योजक होणं गरजेचं आहे, तरच तुम्ही लांब पल्ला गाठू शकता, असं मला वाटतं. Short cuts will cut you short. (आडवाट ही तुम्हांला आडात ढकलून देते.) आडवाटेच्या आकर्षणात पडू नका. जरी कष्ट पडले, तरी ते कष्ट सहन करा; पण तुमचा प्रवास हा लांब पल्ल्याचा ठेवा.

अतुल राजोळी : सर, तुमची उत्तरं तर समर्पक आहेतच, पण त्यासह तुम्ही एका वाक्यात जे मौलिक तत्त्वज्ञानही देत आहात, ते पण मनाला भिडणारं आहे. सर, मघाशी तुम्ही कमी नफा आणि जास्त उलाढाल, हा मुद्दा सांगितलात. अनेक उद्योजकांना याबाबत पूर्ण माहिती नसते. ही संकल्पना त्यांना नीट समजत नाही. तर जास्त उलाढाल आणि कमी नफ्याचं गणित कृपया एकदा थोडक्यात समजावू शकाल का?

डॉ. हावरे : जरूर. मघाशी मी प्रामाणिक नफ्याबद्दल सांगितलं. (Margin of Honesty) आपल्या उद्योगात किती नफा कमवायचा आहे, हे प्रत्येक उद्योजक ठरवतो. परंतु बाजारातील मागणी आणि पुरवठा यावर परिणाम करणाऱ्या घटकांच्या आधारावरच कोणत्याही उत्पादनाची किंवा सेवेची किंमत ठरवली जाते. एखाद्या उत्पादनाचा पुरवठा कमी असेल, तर त्यात तुम्ही किंमत वाढवून अधिक नफा कमावू शकता. पण ही काही दीर्घकालीन परिस्थिती नाही. जर

तुम्हांला जास्त काळासाठी जास्त नफा कमवायचा असेल, तर तुम्हांला उलाढाल आधारित उद्योग करायला हवा. जास्तीत जास्त उलाढाल केली, तर किंमत जास्त न आकारताही तुम्ही नफा कमावू शकता. मी प्रामाणिकपणे उद्योग करणार आणि यातूनच माझा उद्योग वाढणार, यावर उद्योजकाचा विश्वास असायला हवा. (Profit is a byproduct of business.) नफा हे उद्योगातील उपउत्पादन आहे.

प्रामाणिकपणे, मेहनतीनं उद्योग केल्यावर तुम्ही नफा कमावणारच आहात. माझा सिद्धांत आहे, की उद्योगात तोटा असूच शकत नाही. उद्योगात तोटा का होतो, याचं एक वेगळं शास्त्र आहे. यामागे उद्योजकाचा निष्काळजीपणा, अपेक्षित तंत्रज्ञान व कौशल्य अवगत न करणं, या चुका सोडल्या, तर उद्योगात तोटा होतो, हे मला मान्यच नाही. तुम्ही उद्योग वाढवण्याच्या मागे लागा, नफा आपोआप वाढत जाईल.

अतुल राजोळी : सर, तुमचं पहिलं पुस्तक सिद्धांत मांडणारं आहे, तर दुसऱ्या पुस्तकात हे सिद्धांत प्रत्यक्षात कामी कसे येतात, याचे दाखले तुम्ही दिले आहेत. यशस्वी उद्योजकांच्या गाथा तुम्ही 'उद्योग करावा ऐसा' या पुस्तकातून मांडल्या आहेत. यामधील विश्वास, प्रामाणिकपणा, कर्तृत्व या सगळ्याची सांगड असलेल्या उद्योजकाचं उदाहरण तुम्ही देऊ शकाल का?

डॉ. हावरे : जरूर. या पुस्तकामधून आपल्याला मनोहर जोशी, मधुकर तळवलकर, श्रीम इलेक्ट्रिकल्सचे शहाजी जगदाळे असे अनेक यशस्वी उद्योजक भेटतात. दास ऑफशोरचे अशोक खाडे. अत्यंत मेहनती व्यक्ती. मुंबई डॉकयार्ड येथे नोकरी करून त्यातून मिळालेल्या अनुभवातून त्यांनी स्वत:चं डॉकयार्ड उभं केलं. 'दलित इंडियन चेंबर ऑफ कॉमर्स अँड इंडस्ट्रीज'चे प्रमोटर मिलिंद कांबळे, 'वीणा वर्ल्ड'च्या वीणा पाटील, 'पीतांबरी' उद्योगाचे रवींद्र प्रभुदेसाई, मीनल मोहाडीकर यांच्यासारख्या व्यक्ती आपल्याला या पुस्तकातून भेटतात.

ठाण्यातील एका झोपडपट्टीत राहणाऱ्या प्रशांत सकपाळ याची कथा मी मुद्दाम तुम्हांला सांगणार आहे. त्याच्या शिक्षणाची, राहण्याची, खाण्यापिण्याची सोय नव्हती. कसंबसं थोडं शिक्षण घेऊन तो एका दुकानात नोकरीला लागला. तो दुकानदार त्याला मारायचा, पण दुपारचं जेवण तो दुकानदार देत असल्यानं तो मारदेखील प्रशांत सहन करीत होता. असं काम करतानाच आपण एखादा उद्योग सुरु करावा, असा विचार त्याच्या मनात आला. चहाची टपरी, दूध देणं अशी छोटीमोठी कामं तो करत होता. आज 'प्रशांत कॉर्नर'ची १५ हून अधिक दुकानं ठाण्यात आहेत. मी चार ते पाच वर्षांआधी त्यांना भेटलो होतो, तेव्हा

त्यांच्या उद्योगाची उलाढाल ही ५० कोटी रुपयांची होती. आज त्यांच्या उद्योगाची उलाढाल ५०० कोटींच्या आसपास गेली असली पाहिजे. झोपडपट्टीत वाढलेला, अशिक्षित, आईवडलांकडून कोणतीही साथ नसलेला हा मुलगा. अडचणींचा डोंगर त्याच्यासमोर नेहमी उभा होता. असा हा प्रशांत आज 'प्रशांत कॉर्नर'चा मालक झाला आहे. प्रशांतचा हा प्रवास खूपच प्रेरणादायी आहे. 'वीणा वर्ल्ड'च्या वीणा पाटील यांचेही कष्ट उल्लेखनीय आहेत.

या पुस्तकातील सर्वच दिग्गजांचा प्रवास हा प्रेरणादायी आहे. या सर्वांनी त्यांच्या उद्योगाची सुरुवात अगदी १० x १० च्या खोलीतून केली. तळवलकर जिमचे मधुकर तळवलकर हे ८० वर्षांचे आहेत, पण त्यांनी त्यांच्या बेडरूममध्ये जिम ठेवलेलं आहे. या वयातही ते रोज एक तास व्यायाम करतात. तळवलकर यांना पाहिलं, की जिम क्षेत्रात उद्योग करण्याचा त्यांना अधिकार आहे, असं वाटतं.

मुंबईतील लोकलमधून प्रवास करणाऱ्या प्रत्येक प्रवाशाच्या फोनमध्ये 'एम इंडिकेटर' हे ॲप असतं. सचिन टेके या ॲपचे संस्थापक आहेत. मुंबईत या ॲपचे ८५ लाख ग्राहक आहेत. हा सचिन टेकेदेखील या पुस्तकातून आपल्याला भेटतो. पहिल्या पुस्तकातील सिद्धांत व्यवहार्य ठरवणारे २१ उद्योजक 'उद्योग करावा ऐसा' या पुस्तकात आपल्याला भेटतात. प्रत्येक उद्योजकाची कथा ही प्रेरणादायी असून हे वाचल्यावर तुम्हीदेखील त्यांच्याप्रमाणे उद्योग करायला सुरुवात कराल, असं मला वाटतं.

अतुल राजोळी : सरांचं तिसरं पुस्तक हे स्टार्टअप उद्योगावर आहे. सर, आजचा काळ हा स्टार्टअप्सचा आहे. आज १७-१८ वर्षांचा एक तरुण आपल्या

स्टार्टअप म्हणजे काय?

कोणी एखादी पान टपरी किंवा किराणा उद्योग सुरु केला, तर तो स्टार्टअप आहे का? तर तो स्टार्टअप नाही. स्टार्टअपचे काही निकष आहेत. हा उद्योग एका नवकल्पनेवर आधारित असायला हवा. (It should be idea-based). दुसरा निकष त्या उद्योगाला तंत्रज्ञानाची जोड देता आली पाहिजे आणि तिसरा निकष म्हणजे त्यात अमर्याद विस्ताराला वाव असायला हवा. फेसबुक, इंस्टाग्राम, ॲमेझॉन, ओला, उबर हे सर्व स्टार्टअप्स होते. कमी वेळात खूप मोठी उंची गाठण्याची शक्यता या उद्योगांमध्ये आहे. स्टार्टअप्स तरुणांच्या ऊर्जेला आव्हान देणारे आहेत.

घरातून फोन आणि लॅपटॉपचा वापर करून त्याचा उद्योग सुरू करू शकतो; तर स्टार्टअप हा इतर उद्योगांपेक्षा कसा वेगळा आहे, याबद्दल तुम्ही मार्गदर्शन कराल का?

डॉ. हावरे : आधी स्टार्टअप म्हणजे काय, हे समजून घेणं गरजेचं आहे. कोणी एखादी पानटपरी किंवा किराणा उद्योग सुरू केला, तर तो स्टार्टअप आहे का? तर तो स्टार्टअप नाही. स्टार्टअपचे काही निकष आहेत. हा उद्योग एका नव्या कल्पनेवर आधारित असायला हवा. (It should be idea-based). दुसरा निकष त्या उद्योगाला तंत्रज्ञानाची जोड देता आली पाहिजे आणि तिसरा निकष म्हणजे त्यात अमर्याद विस्ताराला वाव असायला हवा. फेसबुक, इंस्टाग्राम, ॲमेझॉन, ओला, उबर हे सर्व स्टार्टअप्स होते. कमी वेळात खूप मोठी उंची गाठण्याची शक्यता या उद्योगांमध्ये आहे. स्टार्टअप्स तरुणांच्या ऊर्जेला आव्हान देणारे आहेत.

या पुस्तकाच्या माध्यमातून आपल्याला भेटणाऱ्या सागर जोशी यांचा मी उल्लेख करीन. सागर हे एकदा शिर्डीला जात होते. वाटेत त्यांची मोटार बंद पडली. रात्रीची वेळ होती, कोणतीच मदत मिळत नव्हती म्हणून त्यांना रात्र तेथेच काढावी लागली. दुसऱ्या दिवशी सकाळी मग मेकॅनिकला बोलावून दुरुस्ती करण्यात आली. तेव्हा त्यांच्या डोक्यात विचार आला, की आपली गाडी जशी वाटेत बंद पडली, तशी इतरही लोकांची गाडी बंद पडत असेल. म्हणून त्यांनी रस्त्याच्या बाजूला असणाऱ्या सर्व गॅरेजेसना जोडण्याचं ठरवलं. यासाठी त्यांनी भारतभर प्रवास करून १८ हजार गॅरेजेस आपल्या ॲपद्वारे जोडली. 'आरएसए' ॲप तुम्ही भारतात कुठेही असलात आणि तुमची गाडी बंद पडली, तर तुम्ही आरएसए ॲपवर जा, त्याद्वारे संदेश पाठवा, तो तुमच्या स्थानापासून जवळ असलेल्या गॅरेजमध्ये पाठवला जाईल आणि तुमची गाडी दुरुस्त करण्यासाठी मेकॅनिक येईल. त्याचप्रमाणे एक 'ग्लासबोट' नावाचं ॲप चैतन्य सलगरकर आणि रेणू शिरूरकर यांनी सुरू केलं आहे. कुठल्याही क्षेत्रातली कमतरता शोधून काढणं आणि ती भरून काढणं म्हणजे बिझनेस! क्लासला विद्यार्थ्यांची गरज असते आणि विद्यार्थ्यांना क्लासची. चैतन्य आणि रेणू यांनी क्लासबोटची सुरुवात केली. ते विद्यार्थी आणि क्लासेसना एकत्र आणतात. एवढंच नाही, ॲपच्या माध्यमातून जेवढे विद्यार्थी क्लासला मिळतात, त्याचं कमिशन हे ॲपला मिळतं.

निनाद वेंगुर्लेकर आणि अमित भडभडे या दोन मित्रांनी इंग्रजी शिकवण्यासाठी एक ॲप सुरू केलं. आता हे इंग्रजी कोणाला शिकवतात, तर खासगी चालक, रिक्षा चालक या लोकांना. यांना शहरात व्यवसाय करताना अनेक वेळा इंग्रजीचा प्रश्न पडतो. आपल्या येथील चालक जेव्हा दुबई किंवा परदेशात जातात, तेव्हा

त्यांना तेथील स्थानिक भाषा माहीत नसते. तेव्हा तेथील स्थानिक भाषा शिकण्यासाठी हे ॲप कामी येतं. इंग्रजीपासून सुरुवात झालेल्या या स्लिंग ॲपवर सध्या १०८ भाषा शिकवल्या जात आहेत.

अतुल राजोळी : स्टार्टअपवर काम करताना आपल्याला आपल्या उद्योगाच्या मूल्यांकनावर काम करावं लागतं, तर स्टार्टअपचं मूल्यांकन कसं वाढवावं, याबाबत तुम्ही आम्हांला मार्गदर्शन करू शकाल का?

डॉ. हावरे : मूल्यांकन (Valuation) हा मुद्दा शेअर बाजाराशी संबंधित आहे. शेअर बाजारात कोणत्याही उद्योगाचं जे मूल्यमापन होतं, ते त्याच्या मूल्यांकनाशी जोडलं जातं. या उद्योगाची विस्तारण्याची किंवा नफा कमावण्याची क्षमता किती आहे? उद्योग सुरू केल्यांनतर त्याचा विस्तार होतो आणि एका मर्यादेपर्यंत हा विस्तार वाढला, की त्याचं मोजमाप केलं जातं. उद्योगांमध्ये जे गुंतवणूक करू इच्छितात, ते या उद्योगाचं मूल्यांकन किती आहे, याकडे लक्ष देतात. यासाठी एक सोपं उदाहरण देतो. समजा, तुमचा उद्योग १०० कोटींचा आहे. तुम्ही त्याचा ५० टक्के वाटा मला विकत आहात. ५० टक्क्यांचं मूल्य होणार ५० कोटी. मात्र जर तुम्ही तो उद्योग मला ५० कोटींना न विकता केवळ २५ कोटींना विकलात, तर मी २५ कोटींमध्ये ५० टक्क्यांचा मालक होईन. याचा अर्थ मला त्यात २५ कोटींचा फायदा झाला. स्टार्टअपसाठी पैशाची गरज असणारे उद्योजक हे पैसे कर्जाच्या रूपानं घेऊ शकतात किंवा त्यांच्या मालकी हक्काचा काही भाग विकू शकतात. पण त्या भागाची किंमत किती असावी, यात मूल्यांकन भरपूर मोठी भूमिका बजावतं. आता आपल्या उद्योगाचं मूल्यांकन कसं वाढवावं? तर उद्योगाचा अधिकाधिक विस्तार करणं. कॅफे कॉफी डे, स्टारबक्स यांनी त्यांच्या उद्योगाचा मोठ्या प्रमाणात विस्तार केला. बियाणी यांचा 'बिग बाजार' हा उद्योग अंबानी यांनी विकत घेतला. बियाणी या उद्योगात नफा जास्त कमवत नव्हते. पण उद्योगाचा विस्तार इतका होता, की भारतभर बिग बाजारच्या हजारो शाखा होत्या. अंबानी यांना असा उद्योग सुरू करून जर त्यांची संख्या हजार आउटलेट्सपर्यंत पोहोचवायची असती, तर त्यासाठी १० ते १५ वर्षं लागली असती. त्याऐवजी हजार आउटलेट्स असणारा उद्योग पाहून त्याचं मूल्यांकन करून त्यांनी बिग बाजार विकत घेतलं. स्टार्टअपमध्येदेखील मूल्यांकन अत्यंत महत्त्वाचं असतं. यावरूनच गुंतवणूकदार तुमच्या उद्योगात पैसे लावतात. मूल्यांकनावरून गुंतवणूकदारांना त्यांच्या गुंतवणुकीवर परतावा किती मिळणार, याचा अंदाज येतो.

अतुल राजोळी : सर, पहिल्या पुस्तकाशी संबंधित असणारा अजून एक प्रश्न मला तुम्हांला विचारायचा आहे. विश्वास हा उद्योगाचा प्राणवायू आहे, असं तुम्ही सांगितलंत. हा विश्वास आपण आपल्या उद्योगात, उद्योग समाजात कसा निर्माण करू शकतो? याबद्दल काही सल्ला तुम्ही देऊ शकता का?

डॉ. हावरे : नक्कीच. विश्वास हा नेहमी कामगिरीवर आधारित असतो. (Trust is always performance-based) एखादी गोष्ट करणार, हे सांगून तुम्ही ती करून दाखवलीत, की मग लोकांचा तुमच्यावर विश्वास बसत जातो. एखाद्या शिंप्याकडे तुम्ही कपडे शिवायला दिलेत आणि त्यानं सांगितलं, की अमुक तारखेला मी कपडे शिवून देईन आणि त्याआधीच त्याचे कपडे शिवून तयार असतील, तर त्याच्यावर तुमचा विश्वास बसतो. उत्पादनाचा दर्जा हा सांगितल्याप्रमाणे देणं हादेखील तुमच्या कामगिरीचा भाग होऊन जातो. तुमच्या व्यवहारातून या गोष्टी वाढत जातात. याचं एक उदाहरण मी तुम्हांला देतो. टाटांनी पश्चिम बंगालमधील सिंगूर येथे नॅनो मोटारीचा कारखाना टाकला होता. तेथील स्थानिक तणाव, निदर्शनांमुळे त्यांना तो कारखाना तेथून गुंडाळावा लागला. आता हा पसारा मी कुठे घेऊन जाऊ, या विवंचनेत ते होते. तेव्हा गुजरातचे तत्कालीन मुख्यमंत्री नरेंद्रजी मोदी यांचा त्यांना संदेश आला, की 'गुजरातमध्ये आपलं स्वागत आहे!' एक छोटा संदेश. त्याकाळी एक संदेश पाठवण्यासाठी एक रुपया लागत होता. त्या एका संदेशावर टाटा यांनी त्यांचा सर्व उद्योग सिंगूरमधून उचलून गुजरातमध्ये हलवला. हा विश्वास काय त्या संदेशावर नव्हता? हा जर संदेश मी पाठवला असता, तर टाटा नसते आले. त्या संदेशाच्या मागे नरेंद्र मोदी हा माणूस होता. जो विश्वास आहे, तो त्या माणसावर टाकलेला आहे. हा विश्वास सातत्यपूर्ण कामगिरीतून येतो. आता टाटा कंपनीलाच पाहा. त्यांना त्यांच्या उत्पादनाची फार जाहिरात करावी लागत नाही; कारण त्यांनी ग्राहकांमध्ये एक विश्वास निर्माण करून ठेवला आहे. या विश्वासातूनच उद्योगाची ब्रँड व्हॅल्यू निर्माण होते. त्या ब्रँडच्या नावानंच उत्पादनं विकली जातात. लबाड्या, खोटी आश्वासनं हे तुमच्या ब्रॅण्डला, तुमच्या उद्योगाला घातक आहे. यातून तुमच्या उद्योगाविषयी विश्वास निर्माण होत नाही.

अतुल राजोळी : सर, तुम्ही आम्हांला यशस्वी उद्योगाची एक नाही, तर अनेक गुरुकिल्ल्या दिल्या आहेत. तुम्ही आम्हांला सचोटी, विश्वास, उलाढाल, कर्तृत्व यांचं महत्त्व सांगितलंत. तुम्ही आम्हांला स्टार्टअप्स आणि यशस्वी उद्योजकांच्या यशोगाथादेखील सांगितल्यात. अगदी सोप्या पद्धतीनं आणि छोटी

उदाहरणं देऊन हे तुम्ही आम्हांला सांगितलंत. जाता जाता तुम्ही आम्हांला काय संदेश द्याल?

डॉ. हावरे : 'लक्ष्यवेध'सारख्या संस्थेसाठी मी तुमचं अभिनंदन करतो. अशी संस्था मला इतर कुठे पाहायला मिळाली नाही. उद्योजक निर्माण करणारी तुमची एक अनोखी संस्था आहे. तुमच्या कामाचा पसारा हा निरंतर वाढत जावो. मराठीप्रमाणे इतर भाषांमध्येसुद्धा तुम्ही मार्गदर्शन करायला सुरुवात केलीत, तर तुम्ही देशभर पोहोचाल. स्टार्टअप्सबाबत विस्तार करण्याबद्दल जे मी सांगितलं, त्याचा तुम्ही उपयोग करू शकता. उद्योगाची तयारी करून घेणारं, त्याची शिकवण देणारं एक ॲप तुम्ही काढावं म्हणजे महाराष्ट्राच्या कानाकोपऱ्यांत बसून कोणालाही त्याचा फायदा करून घेता येईल. मित्रहो, आज जर तुम्ही उद्योजक झाला नाहीत, तर एखाद्या झुंडीचा भाग बनून, एखादा झेंडा खांद्यावर घेऊन, केवळ 'झिंदाबाद, मुर्दाबाद' एवढाच मंत्रोच्चार करण्याची पाळी तुमच्यावर येईल. म्हणून नोकऱ्या मागणारे होऊ नका, नोकऱ्या देणारे व्हा. हा एक मंत्र मला सगळ्यांना सांगावासा वाटतो. मला येथे बोलावल्याबद्दल धन्यवाद!

■

('लक्ष्यवेध' या उद्योजक होण्याचं प्रशिक्षण देणाऱ्या संस्थेच्या वेब सीरीजमधील मार्गदर्शन. दि. १३ एप्रिल २०२१)

संकटातून संधीकडे...

समस्या आणि कठीण परिस्थिती ही देवानं आपल्याला मोठं बनवण्यासाठी दिलेली संधी असते, यावर माझा ठाम विश्वास आहे.

– ए. पी. जे. अब्दुल कलाम

अतुल राजोळी : आपल्या 'लिसनिंग टु लीजेंड्स' या शृंखलेत आपण स्वागत करतोय डॉ. सुरेश हावरे सरांचं. सरांची ओळख करून देण्याची आवश्यकता मला वाटत नाही, कारण ते आपल्या सर्वांच्या परिचयाचे आहेत आणि 'लक्ष्यवेध परिवारा'चे तर ते लाडके आहेत. तरी त्यांची एक औपचारिक ओळख करून देणं हे माझं कर्तव्य आहे. सुरेश हावरे हे एक प्रथितयश उद्योजक आहेत. त्यांनी नागपूर विद्यापीठातून बी.टेक. ही पदवी संपादन केली आहे. भाभा अणुसंशोधन केंद्रात ते वरिष्ठ अणुशास्त्रज्ञ म्हणून कार्यरत होते. इतिहास विषयात त्यांनी एम.ए. केलं आहे. नॅनो हौसिंग या विषयासाठी त्यांनी मुंबई विद्यापीठाकडून डॉक्टरेट पदवी मिळवली आहे. नागपूर विद्यापीठाचे ते मेरिट स्कॉलर आणि अभियांत्रिकीचे सुवर्णपदक विजेतेदेखील आहेत. बांधकाम क्षेत्रात २५ हून अधिक वर्षांपासून ते कार्यरत आहेत. हावरे ग्रुप ऑफ कंपनीजची धुरा त्यांच्या हातात आहे, त्याचप्रमाणे विविध सामाजिक प्रकल्पांमध्ये त्यांचा सक्रिय सहभाग आहे. सरांना अनेक राष्ट्रीय, आंतरराष्ट्रीय व्यावसायिक पुरस्कारांनी गौरवण्यात आलं आहे. जेएनपीटीचे विश्वस्त म्हणून त्यांनी काम पाहिलं आहे. शिर्डीच्या साईबाबा संस्थानाचे ते अध्यक्ष आहेत. सर आज आपल्याला 'संकटातून संधी' या विषयावर मार्गदर्शन करणार आहेत. सर 'लक्ष्यवेध'च्या लॉकडाऊन सीरीजमध्ये तुमचं स्वागत आहे.

डॉ. हावरे : संकटातून संधीकडे या विषयावर आपण चर्चा करीत आहोत. सर्वप्रथम मी अतुल राजोळी आणि त्यांच्या टीमचं अभिनंदन करतो. २५ वर्षांआधी

जेव्हा मी उद्योग सुरू केला, तेव्हा जर 'लक्ष्यवेध'सारखी संस्था असती, तर माझी घोडदौड आज वेगळ्या दिशेनं गेली असती. एक गोष्ट मला सर्व उद्योजकांना सांगायची आहे, की आपण उद्योजक आहोत म्हणजे आपण देशाची संपत्ती निर्माण करणारे आहोत. शेतकरी आणि उद्योजक हे देशाची संपत्ती निर्माण करणारे प्रमुख घटक आहेत. यामुळे उद्योजकांना स्वत:बद्दल अभिमान असायला हवा. संकटातून संधीकडे असा प्रवास आज आपण आपल्या कार्यक्रमातून करू या. आता संकट म्हणजे काय, ते पाहू या. आपण घरात बसून आहोत, लॉकडाऊन आहे, हे काही संकट नाही. आपले उद्योग थांबलेले आहेत, बंद पडलेले नाहीत. संकट हे कोरोना या वैश्विक महामारीचं आहे. या संकटाला आपण समजून घेणं महत्त्वाचं आहे.

या संकटाचा उगम हा चीनमधील वुहान प्रांतातून झाला आहे. हा विषाणू तेथे निर्माण झाला, हळूहळू त्याचा तेथे प्रसार होऊ लागला. या भागातील लोक परदेशांत जेथे जेथे गेले, तेथे हा विषाणूदेखील त्यांच्या मागे मागे गेला. अनेक लोक असा युक्तिवाद करतात, की हा विषाणू काही आजच आला नाही. हा निसर्गनिर्मित आहे. पण मग जर हा विषाणू अनेक वर्षांपासून अस्तित्वात आहे, तर आत्ताच त्याचा एवढा प्रसार कसा होऊ लागला आणि त्याचं उगमस्थान चीनमधील वुहान कसं काय? हा प्रश्न आपण विचारलाच पाहिजे. वुहानमधून हा विषाणू अमेरिका, युरोप असा जगभर पसरला.

या विषाणूला चीनमधील इतर प्रांत दिसलेच नाहीत. वुहानव्यतिरिक्त बीजिंग, शांघाय, त्याचप्रमाणे चीनमधील इतर कोणत्याच प्रांतांमध्ये कोरोना दिसून येत नाही. आता तो का येत नाही, चीनकडे कोरोनाविरोधात काही प्रतिबंधात्मक औषधं किंवा लशी उपलब्ध आहेत का? म्हणून हा विषाणू नैसर्गिक आहे की मानवनिर्मित, हा प्रश्न उभा राहतो. या प्रश्नातून अनेक प्रश्नांची मालिका सुरू होते. हा विषाणू जर निसर्गनिर्मित असेल, तर त्यावर काय उपाययोजना करायला हव्यात, यावर संशोधन झालं पाहिजे आणि हा जर मानवनिर्मित असेल, तर ज्यानं हा निर्माण केला असेल, त्यानंच यावर उपाय सांगायला हवा. हा चिनी विषाणू आहे, असा अनेकांचा विश्वास आहे.

या विषाणूच्या प्रसाराकडे आपण लक्ष दिलं, तर हा विषाणू मानवनिर्मित आहे, अशी जी शंका घेतली जाते, ती पूर्णपणे अनाठायी आहे, असं म्हणता येणार नाही. अजून एक महत्त्वाचा मुद्दा म्हणजे गेल्या काही वर्षांपासून अमेरिका आणि चीन यांच्यामध्ये एक व्यापारयुद्ध सुरू आहे. चीननं त्यांच्या देशात काम करणाऱ्या अमेरिकी कंपन्यांचे समभाग खरेदी केले आहेत. चाळीस टक्के कमी किमतीवर या कंपन्यांमध्ये चीननं मालकी हक्क मिळवला आहे. या व्यवहारातून

चीनला लाखो, करोडो कोटींचा फायदा होत असल्याचं चित्र आहे. हा विषाणू चीननिर्मित असल्याची धारणा तयार झाली आहे. काही दिवसांपूर्वी संयुक्त राष्ट्रांच्या सुरक्षा परिषदेची बैठक झाली. यासाठी दहा देशांनी लेखी अर्ज देऊन आग्रह केला, की जागतिक आरोग्यासाठी युद्धसदृश स्थिती निर्माण झाली आहे. परंतु या परिषदेत केवळ वादच झाले, त्यातून काही निष्पन्न झालं नाही. चीनमध्ये निर्माण झालेल्या या विषाणूमुळे पूर्ण जगाचं नुकसान झालं आहे आणि यासाठी जगभरातील इतर देशांना चीननं भरपाई दिली पाहिजे, अशी चर्चाही त्यावेळी झाली. माझ्या मते भविष्यात चीनविरोधी चळवळ जोर पकडणार. अमेरिकेत ६ लाख लोकांना कोरोनाची लागण झाली असून ३० हजार लोक मृत्युमुखी पडले आहेत. एकही गोळी न झाडता एका विषाणूमधून चीनला हे साध्य झालं आहे.

आता या परिस्थितीत आपण कुठे आहोत? या संकटातून आपण संधी शोधू शकतो का? जपाननं चीनमध्ये सध्या कार्यरत असणाऱ्या जपानी कंपन्यांना इतरत्र हलवण्यासाठी १५ हजार कोटींचा एक फंड तयार केला आहे. अमेरिकेनंही आपल्या कंपन्या चीनमधून इतरत्र हलवण्यासाठी याच प्रकारची तरतूद करण्याची तयारी केली आहे. हळूहळू चीनमध्ये असणारं उद्योगाचं केंद्र हे सरकत जाईल. आता याला पर्याय काय आहेत, तर पर्याय आहेत ब्राझील, व्हिएतनाम आणि भारत. यांपैकी तांत्रिक दृष्ट्या साक्षर आणि इंग्रजी भाषेचं ज्ञान असलेलं मनुष्यबळ भारतात आहे. एवढंच नाही, तर भारतामध्ये सरासरी वय हे २४ वर्षं आहे. म्हणजे भारत हा एक तरुण देश आहे.

अनेक उद्योग चीनमधून बाहेर पडून भारतात येणार आहेत, अशी संधी या संकटातून निर्माण झालेली मला दिसते आहे. आता त्या उद्योगांना स्वीकारण्याची आपली क्षमता किंवा तयारी आहे का, हा प्रश्न उभा राहतो. ही अभूतपूर्व अशी संधी असून या संधीचं सोनं भारतानं केलं पाहिजे. आता संधीचा काळ काही लगेच येणार नाही. लॉकडाऊन शिथिल झाल्यांनतर थोडा काळ यासाठी लागेल. काही लोक आपली अर्थव्यवस्था ढासळली आहे; बेरोजगारी, महागाई वाढणार आहे, असं विदारक चित्र उभं करू पाहत आहेत. तसं काही होणार नसून भविष्यातील चित्र हे निराशाजनक असणार नाही. लॉकडाऊनच्या काळात नवीन कौशल्य शिकलं पाहिजे. नव्या भाषा शिका. उद्या फ्रेंच, जर्मन उद्योजक भारतात आले, तर त्यांचं स्वागत आपल्याला करता आलं पाहिजे. लघु आणि मध्य स्वरूपातील उद्योग या दोघांना यातून मोठ्या संधी निर्माण होणार असून त्यांचं भविष्य हे चांगलं आहे. आता पुढील काळ हा दोन भागांमध्ये विभागला जाणार आहे. कोरोनापूर्व आणि कोरोनानंतर. जर कोरोनानंतरच्या काळात तुम्ही आधी-सारख्याच गोष्टी करत राहिलात, तर तुम्ही फसणार. तुमचे विचार, जीवनशैली,

उद्योग करण्याची नीती यांत बदल झाले पाहिजेत. त्याचा विचार आज करायचा नाही.

कोरोना गेल्यावर जेव्हा तुम्ही परत तुमच्या उद्योगाला सुरुवात कराल, तेव्हा त्या परिस्थितीचा आढावा घेऊन विचार करा. येणारा काळ हा डिजिटल काळ आहे. त्यामुळे तंत्रज्ञानाशी मैत्री करून घ्या. बँकेत जाऊन आर्थिक व्यवहार करण्याचा काळ जुना झाला; हे सर्व व्यवहार आता तुम्हांला घर बसल्या तुमच्या फोनवर किंवा संगणकावर करता आले पाहिजेत. विपणन डिजिटल होईल. कृत्रिम बुद्धिमत्तेचा वापर वाढणार आहे, त्याबद्दलदेखील आपल्याला शिकायला हवं. दुसरा मुद्दा म्हणजे तुम्ही स्वतःच्या पैशावर धंदा करायचा नाही, तर दुसऱ्याच्या पैशावर धंदा करायचा आहे. तो पैसा कसा शोधायचा, हे तुम्हांला कळलं पाहिजे.

अतुल राजोळी : सर, सध्या जगात मंदीसदृश परिस्थिती निर्माण झाली आहे; तर जागतिक मंदी म्हणजे नक्की काय? याबद्दल आम्हांला तुम्ही मार्गदर्शन करू शकाल का?

डॉ. हावरे : मी 'नॅनो हाउसिंग' हे एक पुस्तक लिहिलेलं आहे. मुंबई विद्यापीठातून त्या विषयावर मी पीएच.डी. केली आहे आणि त्या प्रबंधावर आधारित हे पुस्तक आहे. त्यात मी एक प्रकरण मंदीवर लिहिलं आहे. कोणत्याही उद्योगाला चार टप्प्यांतून जावं लागतं. उद्योगाच्या सुरुवातीचा काळ हा संथ प्रगतीचा असतो. मग त्याच्या वाढीचा एक काळ येतो. कोणताही उद्योग एका मर्यादेपर्यंतच वाढतो. मग स्पर्धेमुळे म्हणा किंवा इतर परिस्थितीमुळे म्हणा, उद्योगाच्या आर्थिक उलाढालीत एक स्थैर्य येतं. त्यानंतर घसरणीचा एक काळ येतो. हा काळ अनेक कारणांनी येऊ शकतो. हे चार टप्पे प्रत्येक उद्योगाच्या आयुष्यात येतातच. आता उद्योगांमध्ये येणारा मंदीचा, घसरणीचा काळ हा कोरोनामुळे येणार आहे.

जगात कोणतीही मंदी आली, की तिची एक ठरावीक ढब असते किंवा रूप असतं. म्हणजे एका ठरावीक बिंदूपर्यंत घसरण होते आणि परत उभारी सुरू होते. याला 'व्ही' शेपची मंदी म्हटलं जातं. काही वेळेस जी घसरण आहे, ती दोन वेळा येते. पडझड होते, उभारी येते, पुन्हा पडझड होते, उभारी येते. त्याला 'डब्ल्यू' स्वरूपाची मंदी म्हणतात. काही वेळा घसरण आली, की बाजारपेठेत कमी मागणी असलेल्या काळापर्यंत ती राहते आणि मग पुन्हा उभारी येते. याला 'यू' स्वरूपाची मंदी म्हणतात. अजून एक प्रकार आहे, त्याला 'एल' स्वरूपाची

मंदी म्हणतात. यात बाजार खाली आल्यावर वर जातच नाही. अशी परिस्थिती अत्यंत दुर्मीळ असते. असे मंदीचे हे चार प्रकार आहेत. मंदी ही उद्योगात येतेच. हे कालचक्रासारखं आहे. जशी दिवसानंतर रात्र येते आणि रात्रीनंतर दिवस येतो, तशीच मंदी येते. उद्योगात दुष्काळदेखील असतो आणि सुकाळदेखील असतो. आज जरी मंदी आपल्याला दिसत असली, तरी पुढे बाजारपेठेला भरारी चक्रीय पद्धतीनं येणारच आहे.

अतुल राजोळी : सर, तुम्ही बांधकाम क्षेत्रातील एक यशस्वी उद्योजक आहात; परंतु गेल्या काही वर्षांपासून हे क्षेत्र संघर्ष करीत आहे. लॉकडाऊनमध्ये तर सर्वच ठप्प आहे. येणारा काळ हा बांधकाम क्षेत्रात कार्यरत असणाऱ्यांसाठी त्याचप्रमाणे ग्राहकांसाठी कसा असणार आहे? याबद्दल तुम्ही काही मार्गदर्शन करू शकाल का?

डॉ. हावरे : गुंतवणूकदार आणि वापरकर्ते अशा दोन प्रकारचे ग्राहक बांधकाम क्षेत्रात आहेत. मंदी किंवा मंदीसदृश स्थितीत गुंतवणूकदार हा बाजारातून निघून जातो. मग राहतो वापरकर्ता ग्राहक. तुम्ही जी घरं बांधत आहात, ती जर वापरकर्त्या ग्राहकांच्या उपयुक्ततेची असतील, तर ती विकली जातात. जर ती हा निकष पूर्ण करू शकत नसतील, तर विकली जात नाहीत.

बँकेकडून कर्ज घेऊ नका!

वित्तीय व्यवस्थापन हा उद्योगातील निर्णायक घटक आहे. तुम्हांला कर्ज देण्यासाठी बँका तयार असतील, परंतु तरीही तुम्ही बँकेकडून कर्ज घेऊ नका, हा माझा सल्ला आहे. जे काही व्याज तुम्ही बँकेला कर्जाच्या रकमेवर देणार होता, तो फायदा तुम्ही ग्राहकांना द्या. ग्राहकांकडे आगाऊ देयाची मागणी करा. मार्केटमध्ये तुम्ही जेव्हा वावरता, तेव्हा पैशाचं सोंग आणता येत नाही. प्रत्येक वेळेस पैसे लागतातच, असं नाही. ९० टक्के वेळेस काम हे उधारीवरदेखील होतं. यासाठी बाजाराचा तुमच्या बाबतीत दृष्टिकोन काय आहे, हे महत्त्वाचं ठरतं. तुमच्याकडे किती पैसे आहेत, याबाबत लोकांचा अंदाज असतो. कुणीही तुमच्या बँकेच्या खात्यात किती पैसे आहेत, हे पाहायला जात नाही. प्रत्येक उद्योजकामध्ये आत्मविश्वास हा ठासून भरलेला असायला हवा. मला माझ्या उद्योगाबाबत ज्ञान तर असलंच पाहिजे, पण त्याचबरोबर मला तो उद्योग करता येणार आहे, हा आत्मविश्वास-देखील असायला हवा. हा आत्मविश्वास तुम्हांला पुढे घेऊन जाईल. अनाठायी आत्मविश्वास, अतिविश्वास हा मात्र कामाचा नाही.

माझ्या पीएच.डी.च्या अभ्यासासाठी जेव्हा मी नॅनो घरांसंबंधी प्रबंध लिहीत होतो, तेव्हा मुंबईत कोणत्या प्रकारची घरं उपलब्ध आहेत, याबाबत मी अभ्यास केला. माझ्या असं लक्षात आलं, की मुंबईला लहान आणि परवडणाऱ्या घरांची आवश्यकता आहे. पण मुंबईत मोठ्या घरांची निर्मिती होते. या घरांमधून ग्राहकाची गरज पूर्ण होत नाही म्हणून तो ही घरं खरेदी करीत नाही आणि यामुळे ही घरं पडून राहतात. वापरकर्ता श्रेणीतील जो ग्राहक आहे, त्याला स्वत:च्या हक्काचं घर हवं आहे; पण त्याच्याकडे मर्यादित पैसे आहेत. परवडणाऱ्या किमतीत त्याला घर मिळालं, तर तो घर विकत घ्यायला तयार आहे. देशात साडेसहा कोटी घरांची कमतरता आहे. शहरी भागात हा तुटवडा दोन कोटी घरांचा असून ग्रामीण भागात तो साडेचार कोटींचा आहे. महाराष्ट्रातील शहरी भागात २० लाख घरांची कमतरता आहे. ही कमतरता भरून काढण्यासाठी पंतप्रधान नरेंद्र मोदी यांनी सर्वांसाठी घरं अशा प्रकारच्या योजना आणल्या आहेत. यामध्ये बांधकाम व्यावसायिक, कंत्राटदार यांचादेखील मोठा वाटा आहे. परवडणारी घरं असली, की लोक ती खरेदी करतात. पण यासाठी तुम्ही ज्या भागात तुमचं बांधकाम करणार आहात, तेथील सर्वेक्षण करणं गरजेचं आहे. समजा, मी वांगणी, बदलापूर, नाशिक या ठिकाणी घरांची विक्री करतोय, तर या भागात ग्राहक कुठून येणार आहे? या ग्राहकांची गरज काय? घराचा आकार आणि किंमत हा यातील महत्त्वाचा घटक असतो. कार्पेट एरिया वगैरे संकल्पना आता कालबाह्य झाल्या आहेत. सध्या ग्राहक थेट बॉक्स प्राइसवर घरे घेतात.

घराची किंमत कमी असली, की लोक परवडणाऱ्या घरांना पसंती देतात. पण मी या परवडणाऱ्या घरांच्या जागेत आणि किमतीत २५ टक्क्यांनी कपात केली आहे. दिवसाला १०० अशा प्रकारे या घरांची विक्री होते. दुसरा एक मुद्दा म्हणजे तुम्ही मुंबई, ठाणे, नवी मुंबई अशा ठिकाणी तुमचा प्रकल्प उभारू नका. मुंबई महानगर क्षेत्रात हा प्रकल्प घेऊन जा. मी सांगितलेले वरील सर्व मुद्दे लक्षात घेऊन या भागात जर तुम्ही प्रकल्प उभारलात, तर तुमच्या उद्योगाला मरण नाही.

अतुल राजोळी : येणारा काळ हा लघु आणि मध्यम उद्योजकांसाठी आर्थिक दृष्ट्या कठीण असणार आहे, अशा वेळी वित्तीय व्यवस्थापन कसं करावं, यासंबंधी तुम्ही मार्गदर्शन करावं.

डॉ. हावरे : वित्तीय व्यवस्थापन हा उद्योगातील निर्णायक घटक आहे. तुम्हांला कर्ज देण्यासाठी बँका तयार असतील, परंतु तुम्ही बँकेकडून कर्ज घेऊ नका, असा माझा सल्ला आहे. जे काही व्याज तुम्ही बँकेला कर्जाच्या रकमेवर

देणार होता, तो फायदा तुम्ही ग्राहकांना द्या. ग्राहकांकडे आगाऊ देयाची मागणी करा. मार्केटमध्ये तुम्ही जेव्हा वावरता, तेव्हा पैशाचं सोंग आणता येत नाही. प्रत्येक वेळेस पैसे लागतातच, असं नाही. ९० टक्के वेळेस काम हे उधारीवर-देखील होतं. यासाठी बाजाराचा तुमच्या बाबतीत दृष्टिकोन काय आहे, हे महत्त्वाचं ठरतं. तुमच्याकडे किती पैसे आहेत, याबाबत लोकांचा अंदाज असतो. कुणीही तुमच्या बँकच्या खात्यात किती पैसे आहेत, हे पाहायला जात नाही. प्रत्येक उद्योजकामध्ये आत्मविश्वास हा ठासून भरलेला असायला हवा. मला माझ्या उद्योगाबाबत ज्ञान तर असलंच पाहिजे; पण त्याचबरोबर मला तो उद्योग करता येणार आहे, हा आत्मविश्वासदेखील असायला हवा. हा आत्मविश्वास तुम्हांला पुढे घेऊन जाईल. मात्र अनाठायी आत्मविश्वास, अतिविश्वास हा कामाचा नाही.

अतुल राजोळी : सर, शिर्डी संस्थानाचे तुम्ही अध्यक्ष आहात, तुमच्याशी बोलताना मला अध्यात्म आणि विज्ञान याचा संगम अनुभवायला मिळतो. लॉकडाऊनमुळे सर्व प्रार्थनास्थळं बंद आहेत. अशा परिस्थितीत श्रद्धा, देवळं यांचं स्थान काय?

डॉ. हावरे : एका वादात मी ऐकलं, की आजचे देव हे डॉक्टर आहेत. रुग्णालय आहे, ते देऊळ आहे. इतर मंदिरंही बंद करायला हवीत. आपल्याला कोणत्या गोष्टीची गरज आहे, हे आपल्याला लक्षात घ्यायला हवं. देव आहे की नाही? देव असेल, तर दिसतो कसा? तो कुठे सापडेल? हे वादाचे विषय आहेत; पण देव ही माणसाची गरज आहे. आपल्या देशात सरकारी आणि खासगी अशी मिळून साडेपाच ते सहा लाख रुग्णालयं आहेत. भारतामध्ये मंदिरांची संख्या तीस लाख एवढी आहे. ही मंदिरं समाजातून निर्माण झाली आहेत, ही काही सरकारनं निर्माण केली नाहीत. समाजाला ज्या गोष्टींची गरज असते, त्या तो निर्माण करतो. समाजाला पाच लाख रुग्णालयांची गरज होती, त्यातून ती निर्माण झाली. त्याचप्रमाणे समाजाला तीस लाख मंदिरांची आवश्यकता भासली म्हणून ती निर्माण करण्यात आली. म्हणून मंदिर बंद करणं, हा काही उपाय नाही.

मी अहमदाबादमधील एक बातमी ऐकली, की तेथे एका हनुमान मंदिराचं रूपांतर ५५० बेड्सच्या कोरोना रुग्णालयात करण्यात आलं आहे. मंदिरांच्या ज्या पायाभूत सुविधा आहेत, त्यांचा तुम्हांला योग्य प्रकारे वापर करता येतो. शिर्डीत सर्व सोयीसुविधा असलेले दोन दवाखाने आहेत. तेथे २० हजार बेड्सचं रुग्णालय रातोरात उभारलं जाऊ शकेल, एवढ्या मोठ्या धर्मशाळा आहेत.

मंदिरांना समाजाभिमुख करणं हे आपलं काम आहे. हे करण्याचा प्रयत्न मी शिर्डीमध्ये केला. तेथे रुग्णालयं, शाळा, महाविद्यालयं उभारण्यात आली आहेत. ती समाजोपयोगी आहेत. आज अनेक ठिकाणी रुग्णालयं केवळ पैसा कमवायचा या उद्देशानं चालवली जात आहेत, कित्येक शाळादेखील केवळ पैसा कमवायचा, यासाठी चालवल्या जात आहेत.

मंदिरांमध्ये तुम्हांला दक्षिणा टाकण्यासाठी कोणीही आग्रह करीत नाही. तरीही कोणत्याही उद्योगात येत नाही, एवढा पैसा मंदिरांमध्ये येतो. या पैशाचा वापर तुम्ही कसा करता, हे तुमच्या हातांत आहे. शिर्डी संस्थानानं कोरोनाग्रस्तांच्या मदतीसाठी ५१ कोटी रुपये मुख्यमंत्री निधीमध्ये दिले आहेत. अशा अनेक मंदिरांनी पैशाच्या स्वरूपात किंवा त्यांच्याकडे उपलब्ध असणाऱ्या पायाभूत सुविधा मदतीसाठी दिल्या आहेत. शिर्डीमध्ये दररोज रक्तदान शिबीर होतं. दीडशे -दोनशे लोक तेथे रक्तदान करतात. दरवर्षी ७५ हजार युनिट्स येथून मिळतात, ती महाराष्ट्रभर पसरली जातात. मंदिरांना समाजाभिमुख करण्याची जबाबदारी लोकांची आहे. आज आपल्याला रुग्णालयांची गरज आहे; उद्या शाळांची, महाविद्यालयांची, उपाहारगृहांची, घरांची... कशाची गरज भासेल, हे सांगता येणार नाही म्हणून आपला दृष्टिकोन एकांगी असून चालणार नाही.

अतुल राजोळी : सर, श्रद्धेसह अंधश्रद्धादेखील येत असते. अशा वेळी तुम्ही श्रद्धा आणि अंधश्रद्धा यांना वेगवेगळे कसे ठेवता?

डॉ. हावरे : आपल्याला श्रद्धा आणि अंधश्रद्धा यांतील फरक समजून घ्यायला हवा. श्रद्धा निर्माण व्हायला वेळ लागतो. काही अनुभवांमधून श्रद्धा निर्माण होते. दैनंदिन जीवनातील वागण्या-बोलण्यातून आपल्याला जे जाणवतं, त्यातूनदेखील आपल्याला श्रद्धा वाटू लागते. आता आपल्याला जेव्हा बरं नसतं, तेव्हा आपण आपली ज्या डॉक्टरवर श्रद्धा आहे, त्याच डॉक्टरकडे जातो. श्रद्धा ही माणसाची गरज आहे. माणसाला समाजामध्ये, उद्योगामध्ये, वैयक्तिक जीवनात श्रद्धा असणं महत्त्वाचं आहे. अंधश्रद्धा नसावी, याबाबत सर्वांचंच एकमत आहे. श्रद्धेचादेखील बाजार आहे आणि अंधश्रद्धेचादेखील बाजार आहे. त्याला आपण बळी पडू नये.

अतुल राजोळी : कोरोनामुळे जगभरात चीनविरोधी वातावरण असताना अनेक उद्योग भारताकडे वळू पाहत आहेत. या संधीकडे लघु किंवा मध्य उद्योजकानं कसं पाहावं?

डॉ. हावरे : ही एक दुर्मीळ संधी आहे. मला वाटतं, यानंतरदेखील अशा संधी आपल्याला येतील; कारण पंतप्रधान नरेंद्र मोदी यांनी जगभरात भारताची प्रतिमा उंच केली आहे. जगात भारतीय पारपत्राची (पासपोर्ट) किंमत वाढलेली आहे. चाळीस ते पंचेचाळीस देश असे आहेत, जे भारतीय नागरिकांना आगमनानंतर व्हिसा देतात. परदेशांत असणारा माणूस आज अभिमानानं सांगतो, की माझ्या पारपत्राची किंमत ही वाढलेली आहे. आता याबाबत नकारात्मक चित्र निर्माण करणाऱ्यांना मला एकच सांगायचंय, की अमेरिकेनं १९४५ मध्ये जेव्हा जपानच्या हिरोशिमा आणि नागासाकी या शहरांवर अणुहल्ला केला, तेव्हा जपान बेचिराख झाला होता. तेव्हा अनेक तज्ज्ञांचं मत होतं, की जपान या परिस्थितीतून कधीच उभा राहू शकणार नाही. पण आज जपान जागतिक स्पर्धेत उतरलेला आहे. इस्राएल या देशाला १९४८ साली स्वातंत्र्य मिळालं आणि त्या देशाची नवनिर्मिती झाली. दोन हजार वर्षं या देशाचं अस्तित्व कोणी मानलं नव्हतं. भारताबद्दल-देखील अनेकांचं हेच मत आहे, की देशाची अर्थव्यवस्था ढासळली आहे, या परिस्थितीत भारताला जागतिक महासत्ता होणं जमणार नाही. पण भारत जागतिक महासत्ता बनणार आहे, असा मला विश्वास आहे. या संधीसाठी आपण तयार असायला हवं. लॉकडाऊनमध्ये 'आजकाल आपण काय करता', हा प्रश्न विचारला जातो; कारण सर्वांकडेच वेळ भरपूर आहे. वाचन, लेखन हे तर आपण करतोच; पण नवनवीन गोष्टीदेखील आपण शिकायला हव्यात. म्हणून मी व्हिडिओ एडिटिंग शिकायला सुरुवात केली. मोबाइलमध्ये व्हिडिओ शूट करून, त्यात संगीत टाकायचं असे वेगवेगळे प्रयोग करून मी माझ्या मित्रांना हा व्हिडिओ पाठवला. सात दिवसांत मी व्हिडिओ एडिटिंग शिकलो. अशा अनेक गोष्टी शिकण्यासाठी आपण या काळाचा उपयोग करून घेऊ शकतो. ग्रामीण भागातील मराठी माणसाला इंग्रजी भाषा हा मोठा अडथळा आहे, तर आपण ऑनलाइन इंग्रजी शिकायला सुरुवात केली पाहिजे. इंग्रजी शिकवणारी अनेक ॲप्स आता उपलब्ध आहेत.

अतुल राजोळी : सर, भारताला जर उत्पादनक्षेत्रात अधिक भक्कम पाय रोवायचे असतील, तर सरकारनं कोणत्या गोष्टींचा अवलंब करायला हवा?

डॉ. हावरे : मोदी सरकारनं त्यांच्या 'मेक इन इंडिया' या योजनेतून या प्रश्नाचं उत्तर आधीच दिलेलं आहे. या योजनेतून एक मंच आधीच निर्माण झाला असून, 'मेक इन महाराष्ट्र' ही योजनादेखील आपल्याकडे येऊ घातलेली आहे. स्टार्टअप इंडिया, स्टँडअप इंडिया अशा मोहिमादेखील तयार आहेत. सरकार हे

त्याचं काम करतंच, पण त्यासाठी आपला पुढाकारदेखील दिसला पाहिजे. आपण दोन पावलं पुढे गेलो, तर सरकार एक पाऊल पुढे येईल. आपण केवळ सरकारकडूनच अपेक्षा करीत राहिलो, तर कधीच काही होणार नाही. आपण पुढाकार घेणंदेखील आवश्यक आहे. सरकारनं मूलभूत आणि आर्थिक सुविधा उपलब्ध करून द्याव्यात. सरकारनं स्टार्टअप बिजनेससाठी प्रमोशन सेंटर उभं केलं आहे. इन्क्युबेटर्स तयार केलं आहेत. याठिकाणी तुम्हांला उद्योगाबाबत तज्ज्ञांचं योग्य मार्गदर्शन मिळतं. अशी केंद्रं सरकारनं ठिकठिकाणी उभी केल्यास अनेकांना मार्गदर्शन मिळू शकतं. स्टार्टअप इंडियाच्या धर्तीवर त्यांनी उत्पादन-क्षेत्रासाठीदेखील हा उपक्रम राबवला पाहिजे. सध्या अस्तित्वात असलेल्या जिल्हा उद्योग केंद्रांचादेखील यासाठी उपयोग करून घेतला जाऊ शकतो.

अतुल राजोळी : सर, आज अनेक विषयांवर तुम्ही आम्हांला मौलिक मार्गदर्शन केलंत. विविध विषय तुम्ही आम्हांला समजावून सांगितलेत. निरोप घेण्याआधी तुम्ही आमच्या उद्योजकांना काय संदेश देऊ इच्छिता?

डॉ. हावरे : नेहमी तुमच्या मर्यादांना आव्हान द्या. जेव्हा तुम्ही असं कराल, तेव्हा तुम्हांला तुमची क्षमता काय आहे, हे लक्षात येईल. मला हे झेपणार नाही, मला हे करता येणार नाही, असं बोलून आपणच आपल्याला लहान करतो. म्हणूनच आपणच आपल्याला आधी मोठं करण्याची गरज आहे. तुमचं आव्हान जेवढं मोठं असणार, तेवढीच तुमची क्षमता जास्त असणार. आव्हान जेवढं लहान, तेवढी क्षमतादेखील लहान असणार. म्हणूनच माझा हा संदेश आहे, की तुमच्या आव्हानांना मर्यादा घालू नका, मर्यादांना आव्हान द्या.

■

('लक्ष्यवेध इन्स्टिट्यूट'च्या 'लिसनिंग टु लीजेंड्स' या वेब सीरीजमधील मार्गदर्शन. दि. १५ एप्रिल २०२०)

नॅनो हाउसिंग

व्यासपीठावर आपल्यासोबत आज आहेत, रस्ते वाहतूक आणि महामार्ग आणि सूक्ष्म, लघु आणि मध्यम उद्योग मंत्री माननीय नितीनजी गडकरी; माजी शिक्षण आणि सांस्कृतिक मंत्री माननीय विनोद तावडेजी; लोढा समूहाचे संस्थापक आणि भारतीय जनता पार्टी, मुंबईचे अध्यक्ष माननीय मंगल प्रभात लोढाजी, त्याचप्रमाणे प्रेक्षकांमध्ये मुंबई विद्यापीठाचे प्राध्यापक विवेक देवळणकर, ब्लूम्सबरी प्रकाशनसंस्थेचे प्रवीण तिवारी, विविध क्षेत्रांतील इतरही अनेक मान्यवर, पत्रकार इथे उपस्थित आहेत. त्या सर्वांचं मी या कार्यक्रमात स्वागत करतो.

मित्रहो, 'नॅनो हाउसिंग' या विषयावर मी २००८पासून अभ्यास करत आहे. २००८मध्ये वित्तीय सेवा पुरवणारी अमेरिकेतील 'लेहमन ब्रदर्स' ही कंपनी बुडीत निघाली. त्याचा परिणाम जागतिक अर्थव्यवस्थेवर पडला. त्यामुळे आलेल्या आर्थिक मंदीची झळ २००८ आणि २००९मध्ये आपल्या सर्वांना जाणवली. मंदीवर मात करण्यासाठी नॅनो हाउसिंग हे नवं संशोधन मी केलं आणि त्याचा परिणाम सर्वत्र दिसायला लागला. या विषयावर मी पीएच.डी. केली व पुस्तकही लिहिलं. त्याचंच आज प्रकाशन होतं आहे. माझ्या पुस्तकात मी मंदीबाबत सविस्तर वर्णन केलं आहे. मंदी ही U, V, W, L स्वरूपाची असते. मंदी म्हणजे काय आणि त्यातून बाहेर कसं येता येईल, हे या पुस्तकात नमूद करण्यात आलं आहे.

कोणत्याही उद्योगाला चार टप्प्यांतून जावं लागतं. उद्योगाच्या सुरुवातीचा काळ हा संथ प्रगतीचा असतो. मग त्याच्या वाढीचा एक काळ येतो. कोणताही उद्योग एका मर्यादेपर्यंतच वाढतो. मग उद्योगाच्या आर्थिक उलाढालीत एक स्थैर्य येतं. त्यानंतर एक घसरणीचा काळ येतो, त्याला मंदी असं म्हटलं जातं. उद्योगातील या घसरणीवर किंवा या मंदीवर मात करण्याचा उपाय काय? तर याबाबत जे संशोधन झालं आहे, त्यानुसार नावीन्य हा या घसरणीवरील एकच उपाय आहे. साहित्य, तंत्रज्ञान, प्रक्रिया, पद्धती या सर्व विभागांमध्ये नावीन्य

असू शकतं. हे नावीन्य विकसित करण्यासाठी तुम्ही अनेक धोरणांचा अवलंब करू शकता. 'ब्ल्यू ओशन' धोरणाचा अवलंब मी माझ्या संशोधनासाठी केला होता. नॅनो हाउसिंग हे या धोरणाचं फलित आहे.

या पुस्तकात जी काही विधानं केली आहेत, ती पुराव्यासह सिद्ध करण्यात आली आहेत. उदाहरणार्थ, मी पुस्तकात एक विधान केलं आहे, की समाजातील बहुतेक वाद मालमत्ता आणि स्थावर मालमत्तेशी संबंधित आहेत. या विधानाशी प्रकाशक सहमत नव्हते. त्यांना याचा पुरावा हवा होता. याबाबत मी संशोधन केलं, तेव्हा माझ्या वाचनात एक शोधनिबंध आला. तो शोधनिबंध लिहिणाऱ्यानं दहा वर्षांचा तपशील त्यात दिला होता. न्यायालयात जे काही वाद होते, त्यांची कौटुंबिक वाद, वैवाहिक वाद, संपत्तीचे वाद अशी विभागणी केली होती. त्यात असं आढळून आलं, की ७५ टक्के वाद हे स्थावर मालमत्तेशी संबंधित आहेत. हे प्रकाशकांच्या निदर्शनास आणून दिल्यावर त्यांनी माझ्या त्या विधानाला मान्यता दिली. या पुस्तकात असे शोध मांडण्यात आले आहेत, ते जागतिक स्वरूपाचे आहेत.

त्यांतील एक म्हणजे अनधिकृत बांधकाम. जगातील विकसनशील देशांमधील ३० ते ४० टक्के बांधकामं ही अनधिकृत आहेत. ही बांधकामं या देशांमध्ये उभी राहण्यामागे अनेक घटक आहेत. त्यावर उपाय काय? सर्वप्रथम अशा प्रकारची अनधिकृत बांधकामं उभीच राहता कामा नयेत, हे साहजिकच आहे. दुसरं म्हणजे अशा बांधकामांवर दंड लादला पाहिजे किंवा ती जमीनदोस्त करायला हवीत. उभी राहिलेली अशी बांधकामं पाडण्यासाठी कोणत्याही देशात

बांधकाम व्यवसाय हा स्थानिक उद्योग आहे!

बांधकाम व्यवसाय हा काही जागतिक स्वरूपाचा उद्योग नसून स्थानिक उद्योग आहे. भारतात काही समूहांनी संपूर्ण भारतभर बांधकाम उद्योग प्रस्थापित करण्याचा प्रयत्न केला होता. पण ते अपयशी ठरले. यासाठी अनेक गोष्टी कारणीभूत होत्या. उद्योगाला अडथळा उत्पन्न करीत असलेले स्थानिक प्रश्न आपल्याला विचारात घ्यायला हवेत. अशा प्रकारची पकड राष्ट्रीय स्तरावर ठेवणं कुणालाही शक्य होत नाही. म्हणून हा स्थानिक पातळीवरचा उद्योग असल्याचं मी म्हटलं आहे. घरांसाठी वित्तपुरवठा हा जागतिक उद्योग असला, तरी गृहनिर्माण किंवा बांधकाम हा जागतिक स्तरावरचा उद्योग नाही. म्हणून मी या पुस्तकात म्हटलं आहे, की Think Global, Act Local. विचार जागतिक पातळीवर करा आणि कृती स्थानिक!

समर्पित अशी यंत्रणा नाही. अशा या बांधकामांमध्ये राष्ट्राची संपत्तीदेखील गुंतवली गेली आहे. म्हणून सर्वांना यावर तोडगा शोधणं गरजेचं असून अशा बांधकामांना दंड आकारून नियमित करणं हा एकच उपाय आहे. मी सरसकट विधान करीत नाही, यातही काही गोष्टी विचारात घ्याव्या लागतील; पण अनधिकृत बांधकामांना नियमित करणं हा उपाय बऱ्याच देशांनी अमलात आणला. महाराष्ट्र सरकारनंही काही वर्षांआधी उल्हासनगरमधील १ लाखांहून अधिक बांधकामं नियमित केली. भारत सरकारनं नुकत्याच नवी दिल्लीतील १७३१ अनधिकृत वसाहती नियमित केल्या आहेत. २८ नोव्हेंबर २०१९ रोजी याबाबतचं विधेयक लोकसभेत पारित करण्यात आलं. तर ही एक जागतिक समस्या आहे, आपल्याला प्रगत देश बनायचं असेल, तर याचा सामना करायला हवा.

दुसरी समस्या आहे, भाडेतत्त्वावर देण्यात आलेल्या घरांची. जगभरात भाडे तत्त्वावर घरं दिली जातात. अनेक कंपन्यादेखील आहेत, ज्या अशा प्रकारची घरं विद्यार्थी आणि नोकरदारांना उपलब्ध करून देतात. काही आकडेवारी सादर करून मी भारतातील स्थिती आपल्यासमोर सादर करू इच्छितो. ही सर्व माहिती २०११च्या जनगणनेवर आधारित आहे. भारतात १ कोटी १० लाख घरं ही कुलूपबंद रिकामी आहेत; तर देशात १ कोटी ९० लाख घरांची तूट आहे. म्हणजे एकूण गृहतुटीच्या निम्मी घरं ही कुलूपबंद आणि रिकामी आहेत. राष्ट्रीय स्तरावर ही स्थिती आहे. आता महाराष्ट्रात काय स्थिती आहे, ते आपण पाहू. महाराष्ट्रात २० लाख कुलूपबंद रिकामी घरं आहेत आणि तूट ही १९.४ लाखांची आहे. ही बंद घरं राहण्यासाठी उपलब्ध करून दिल्यास, सर्वांसाठी घरं हे आपलं ध्येय आपण पूर्ण करू शकतो. सध्याची जी तूट आहे, त्याला भाडे नियंत्रण कायदा मोठ्या प्रमाणात जबाबदार आहे. इतरही अनेक घटक यासाठी जबाबदार आहेत. पण भाडे नियंत्रण कायद्यात मोठ्या प्रमाणात बदल होण्याची गरज आहे.

तिसरी समस्या आहे बेघरांची. जगभरात १० कोटी लोक बेघर आहेत. भारतात १७.७ लाख लोक बेघर आहेत. एकट्या मुंबईतच ५७ हजार लोक बेघर आहेत. ही समस्या केवळ विकसनशील किंवा गरीब देशांची नाही. अमेरिकेसारख्या देशातदेखील ५.५४ लाख बेघर लोक आहेत. न्यू यॉर्कमध्ये सर्वाधिक बेघर आहेत. या शहरात ७४ हजार लोकांच्या डोक्यावर छत्र नाही. अमेरिकेचं सरकार आपत्कालीन निवारा आणि रात्री झोपण्यासाठी निवारा देतं, मात्र याचा लाभ केवळ ६५ टक्के बेघरांना होतो. याचा अर्थ ३५ टक्के लोक हे रस्त्यांवर झोपतात.

यासोबतच अजून एक गोष्ट या पुस्तकातून समोर आलेली आहे, ती म्हणजे

बांधकाम व्यवसाय हा काही जागतिक स्वरूपाचा उद्योग नसून स्थानिक उद्योग आहे. भारतात काही समूहांनी संपूर्ण भारतभर बांधकाम उद्योग प्रस्थापित करण्याचा प्रयत्न केला होता. पण ते अपयशी ठरले. त्यासाठी अनेक गोष्टी कारणीभूत होत्या. उद्योगाला अडथळा उत्पन्न करीत असलेले स्थानिक प्रश्न आपल्याला विचारात घ्यायला हवेत. अशा प्रकारची पकड राष्ट्रीय स्तरावर ठेवणं कुणालाही शक्य होत नाही. म्हणून हा स्थानिक पातळीवरचा उद्योग असल्याचं मी म्हटलं आहे. घरांसाठी वित्तपुरवठा हा जागतिक उद्योग असला, तरी गृहनिर्माण किंवा बांधकाम हा जागतिक स्तरावरचा उद्योग नाही. म्हणून मी या पुस्तकात म्हटलं आहे, की Think Global, Act Local. विचार जागतिक पातळीवर करा आणि कृती स्थानिक!

नॅनो हाऊस म्हणजे परवडणारी घरं. घरांच्या जागेत आणि किमतीत २५ टक्क्यांनी कपात केली जाते. म्हणजे एकूण किंमत ५० टक्क्यांनी कमी होते. हे बोलायला सोपं वाटत असलं, तरी प्रत्यक्षात आणणं कठीण आहे. जागेत २५ टक्क्यांनी कपात करणं ही कठीण प्रक्रिया असून जागेचा अधिकाधिक वापर करावा लागतो. घराची किंमत कमी करताना पण अडचण येते. घराची किंमत अनेक घटकांवर ठरवली जाते. जमिनीचं मूल्य, बांधकाम मूल्य, प्रक्रिया मूल्य, बांधकाम साहित्याची किंमत, त्यावरील संशोधन या सर्वांचा विचार करून घराच्या किमतीत कपात करायची असते. जे.एल.एल. ही एक मार्केटिंग संशोधन कंपनी आहे. त्यांनी घराचा आकार किती असायला हवा, यासाठी राष्ट्रीय पातळीवर अभ्यास केला. त्यातून अशी माहिती समोर आली, की मुंबई महानगर क्षेत्रात घराचा आकार २५ टक्क्यांनी कमी झाला आहे. कलकत्त्यामध्ये २४ टक्क्यांनी कमी झाला आहे. बंगळुरूमध्ये घराचा आकार हा २३.७ टक्क्यांनी कमी झाला आहे. चेन्नईत २२.२ टक्के. सरासरी घरांचा आकार हा २३ टक्क्यांनी कमी झाला आहे. २०१० ते २०१५मधील ही माहिती आहे. २००८-०९ मध्ये घरांचा आकार २५ टक्क्यांनी कमी करण्याचं धोरण मी मांडलं होतं. पुढे देशभरात घरांचा आकार हा सरासरी २३ टक्क्यांनी कमी झाला. पुस्तकात मी रेरा, जीएसटी, नोटबंदी, रिअल इस्टेट ट्रस्ट, पुनर्निर्माण याचा परिणाम बांधकाम क्षेत्रावर कसा झाला आहे, याचा आढावा घेतला आहे. माझी नितीन गडकरी सरांना विनंती आहे, की बांधकाम क्षेत्राला आर्थिक उत्तेजनाची गरज आहे. शासनाकडून ही मदत आल्यास हे क्षेत्र तग धरून राहू शकेल. रीअल इस्टेट उद्योगाचा परिणाम २६९ इतर क्षेत्रांवर होतो. कृषीनंतर सर्वाधिक रोजगार हा रीअल इस्टेट क्षेत्रातून निर्माण होतो. म्हणून हे क्षेत्र तग धरून राहणं, त्याचा विकास होणं महत्त्वाचं आहे. या क्षेत्राला लागू करण्यात आलेल्या जीएसटीबद्दल

योग्य विचार होणं गरजेचं आहे.

या क्षेत्रातील माझ्या सहकाऱ्यांना माझा सल्ला आहे की, डोक्यावरील कर्जाचं ओझं काढून टाका. तुमच्या डोक्यावर हे ओझं असेल, तर तुम्ही त्याखाली दबून जाल. तुमचा (Cash Reserve Ratio) रोख राखीव प्रमाण हे ६ टक्क्यांवर ठेवा, रिझर्व्ह बँकेलासुद्धा तेच अपेक्षित आहे. तुमचा व्यवसाय हा ग्राहकांच्या पैशावर करा किंवा तुमच्या पैशावर करा, पण कोणत्याही संस्थेकडून कर्ज काढून उद्योग करू नका. बँकेला व्याज देण्याऐवजी तोच फायदा तुम्ही ग्राहकांना द्या, त्यानं तुम्हांला अधिक फायदा होणार आहे. आमची प्रेरणा आणि मार्गदर्शक असलेले गडकरी साहेब यांच्या हस्ते हे पुस्तक प्रकाशित होत असल्याचा मला आनंद होत आहे. एवढं बोलून मी इथे थांबतो. धन्यवाद.

■

('नॅनो हाउसिंग' या पुस्तक प्रकाशनाच्या समारंभादरम्यान डॉ. सुरेश हावरे यांनी इंग्रजीतून दिलेल्या भाषणाचं भाषांतर, दि. १४ फेब्रुवारी २०२०.)

अपयशाला घाबरू नका!

भविष्याचा अंदाज लावण्याचा सर्वोत्तम मार्ग म्हणजे ते तयार करणं.

– अब्राहम लिंकन

महाराष्ट्रीयन बिल्डर असोसिएशनच्या वतीनं आजचा वेबिनार आयोजित करण्यात येत आहे. अध्यक्ष मधू पाटील, बाबासाहेब भोसले, आनंद पाटील, संग्राम पाटील, प्रकाश बाविस्कर, किरण बागड, विकास भामरे, के. के. म्हात्रे, 'मार्स गुरुकुल'चे अजित मराठे, 'लक्ष्यवेध' संस्थेचे अतुल राजोळी, पुण्यातील मराठी बांधकाम व्यावसायिक संघटनेचे संस्थापक एस. आर. कुलकर्णी, 'गिरिप्रेमी'चे उमेश झिरपे, ॲडव्होकेट अरुण त्रिपाठी, भारतभाई पटेल, माझे मित्र विठ्ठल कांबळे या मान्यवरांसह अनेक महत्त्वाच्या व्यक्ती या वेबिनारमध्ये सहभागी झाल्या आहेत. आज आपण जी चर्चा करणार आहोत, ती केवळ बांधकाम व्यवसायापर्यंत मर्यादित नाही. ही चर्चा नोकरी, उद्योग करणारे, विद्यार्थी या सर्वांसाठी आहे. विचार करणाऱ्या प्रत्येक माणसासाठी आजचा कार्यक्रम आहे.

प्रत्येकालाच जीवनात यशस्वी व्हायचं असतं आणि प्रत्येकजण विचारतो, की जीवनात यशस्वी होण्याचा काही मंत्र असतो का? तर आधी मी या प्रश्नाचं उत्तर देऊ इच्छितो, की हो, हमखास यशाचा मंत्र आहे. यश मिळवण्याची एक कार्यपद्धती असते. ती कार्यपद्धती, ते धोरण आपण आज पाहणार आहोत. माणसाची बुद्धिमत्ता पाहायची असते. तेव्हा त्याचा बुद्ध्यांक आय.क्यू. (Intelligence Quotient) इंटेलिजन्स कोशंट काय आहे, हे बघितले जाते. त्याचा भावनांक ई. क्यू. (Emotional Quotient) काय आहे? केवळ बुद्धिमत्ताच असून चालत नाही, तर त्याच्या भावभावनादेखील प्रभावी असायला हव्यात. त्याचप्रमाणे एक नवा निर्देशांक माझ्या ध्यानात आला आहे, तो म्हणजे त्या माणसाचा एफ. क्यू. काय आहे? एफ. क्यू. म्हणजे (Frustration tolerance quotient) निराशा सहन करण्याची क्षमता. याचा अर्थ काय? तर दुःखाचे क्षण सहन करणं

हे कठीण असतं. परीक्षेत अनुत्तीर्ण झालेले विद्यार्थी आत्महत्या करतात, कारण त्यांना प्रचंड नैराश्य येतं. कोणाला उद्योगात अपयश आलं, की ते निराश होतात, नोकरीमध्ये पदोन्नती मिळाली नाही, की निराश होतात.

तरुणांना नात्यांमध्ये काही तणाव आला, की त्याचं नैराश्य येतं. अपयशाबद्दल काही गोष्टी मला लक्षात आल्या आहेत. लोकांना वाटतं, की अपयश हे टाळता येण्यासारखं आहे. पण तज्ज्ञांचं म्हणणं असं आहे, की एखादी गोष्ट अपयशी व्हायची असेल, तर ती होणारच; त्यासाठी तुमची तयारी असली पाहिजे.

अपयश हा प्रवास असून ते काही मुक्कामाचं ठिकाण किंवा शेवटचा थांबा नाही. त्याचप्रमाणे अपयश हे व्यक्तिनिष्ठ नसून ते वस्तुनिष्ठ आहे, ही गोष्ट तुम्ही समजून घ्यायला हवी. सर्वांत महत्त्वाची गोष्ट म्हणजे अपयश हा तुमचा शत्रू नाही, तो तुमचा मित्र आहे. जितकं मोठं तुमचं अपयश असेल, तेवढाच मोठा विजय तुम्हांला मिळेल, असं म्हटलं जातं. स्टार्टअप उद्योगांबाबत एक गोष्ट मी शिकलोय, की ९० टक्के स्टार्टअप उद्योग अपयशी ठरतात. अमेरिकेत अशा अपयशी उद्योगपतींची परिषद आयोजित केली जाते. ते आपले अनुभव इतरांसमोर मांडतात. मी अपयशी का झालो? कोणत्या गोष्टी मी टाळायला हव्या होत्या? हे ते इतरांना सांगतात आणि त्यातून इतर लोक शिकतात. अपयश हा लोकांना कलंक वाटतो. हा कलंक काही पुसता येणार नाही. यामुळे लोकांना नैराश्य येतं. पण असं नाही. अशी समजूत मनातून काढून टाकली पाहिजे. सर्वांत महत्त्वाचं म्हणजे अपयश हा शेवट नाही, त्याच्या पलीकडेही काहीतरी आहे आणि ते यश आहे.

यश आणि अपयश यांचं नातं तुम्हांला ओळखता आलं पाहिजे. अपयश हे

महाराष्ट्रीयन बिल्डर्स असोसिएशन

महाराष्ट्रीयन बिल्डर्स असोसिएशन ही मराठी विकासकांची एक संस्था आहे. 'ना नफा ना तोटा' या संकल्पनेवर आधारित गृहनिर्मिती करून मध्यमवर्गीयांना स्वस्त घरं उपलब्ध करून देण्याची ग्वाही मराठी विकासक या संस्थेच्या माध्यमातून देत असतात. प्राप्त परिस्थितीमध्ये व्यवसायातील आव्हानं समजून घेऊन बांधकामात गुणवत्ता निर्माण करणं आणि शासनानं लागू केलेल्या एकत्रित विकास व प्रोत्साहन नियमावलीच्या माध्यमातून सदस्यांना येणाऱ्या अडचणींचा अभ्यास करून शासन स्तरावरून त्या सोडवण्यासाठी प्रयत्न करणं, संघटनेतील सदस्यांना वेगवेगळ्या विषयांवर कार्यशाळा आयोजित करून मार्गदर्शन करणं, सदस्यांना आर्थिक दृष्ट्या मजबूत करणं यावरसुद्धा संस्थेमार्फत लक्ष केंद्रित

हृदयावर आघात करतं; पण यश हे डोक्यात जातं. याउलट व्हायला हवं. अपयश हे डोक्यात जायला हवं आणि यश हृदयात. त्यामुळे कोणतीही व्यक्ती अधिक नम्र होईल. व्यक्तींच्या तीन तऱ्हा आहेत; जे लोक स्वत:च्या चुकांमधून शिकतात, ती सामान्य माणसं आहेत; जे स्वत:च्या चुकांमधून शिकत नाहीत, ते मूर्ख आहेत; पण जे स्वत:च्याच नाही, तर इतरांच्या चुकांमधूनही शिकतात, ती हुशार माणसं आहेत.

यशाच्या सूत्राबाबत मी सुरुवातीला उल्लेख केला, तर हे यशाचं सूत्र काय? ते आपण पाहू या. आपल्याकडून ज्या चुका झाल्या आहेत, त्या चुकांनाच आपण यशाची शिडी बनवायचं. हे कौशल्य आहे. ते तुम्ही आत्मसात करायला हवं. यातील एक धोरण म्हणजे फेलिंग फॉरवर्ड (Failing Forward). अपयशाचा सामना तुम्हांला करावाच लागणार आहे; पण यातूनदेखील तुमची प्रगती व्हायला हवी. तुमची अधोगती व्हायला नको.

यशस्वी आणि सामान्य व्यक्तींमध्ये काय फरक असतो? एकाकडे जास्त पैसा आहे आणि दुसऱ्याकडे कमी आहे; एकाची कौटुंबिक परिस्थिती चांगली आहे, दुसऱ्याची वाईट, अशा प्रकारचे ते काही फरक नसतात. यशस्वी आणि सामान्य माणसांमध्ये एकच फरक असतो, तो म्हणजे अपयशाकडे पाहण्याचा त्यांचा दृष्टिकोन आणि त्याला दिला जाणारा प्रतिसाद. यशस्वी लोक अपयशानं हादरून जात नाहीत. चला, थोडक्यात भागलं, आता ही चूक पुन्हा करायची नाही, ही त्यांची वृत्ती. मी तर नेहमी एक सल्ला देतो, की नेहमी त्याच त्याच चुका करू नका, नवीन नवीन चुका करा, त्यातून नव्या गोष्टी तुम्हांला शिकायला मिळतील.

एक प्रश्न मी तुमच्यासमोर मांडतो, की एखाद्याच्या वाट्याला अपयश आलं, तर ती व्यक्ती अपयशी असते का? यासाठी मी तुम्हांला एक उदाहरण देतो. अमेरिकेतील एका तरुणाला वयाच्या २१व्या वर्षी उद्योगात अपयश आलं. वयाच्या २२व्या वर्षी तेथील एका निवडणुकीत तो उभा राहिला आणि निवडणूक हरला. २४व्या वर्षी पुन्हा उद्योगात त्याला अपयश आलं. २६व्या वर्षी त्याच्या प्रेयसीचं निधन झालं. २७व्या वर्षी त्याला नैराश्य आलं. वयाच्या ३४व्या वर्षी तेथील काँग्रेसच्या निवडणुकीसाठी तो उभा राहिला, तेथेही अपयश आलं. ४५चं वय झाल्यावर सिनेटची निवडणूक हरला. अमेरिकेच्या अध्यक्षपदासाठी वयाच्या ४७व्या वर्षी उभा राहिला, तेव्हादेखील त्याच्या वाटेला अपयश आलं. ४९चं वय झाल्यावर पुन्हा सिनेटची निवडणूक लढला, पुन्हा अपयश पदरी पडलं.

पण शेवटी वयाच्या ५२व्या वर्षी तो अमेरिकेचा अध्यक्ष झाला. मित्रहो, या माणसाचं नाव होतं अब्राहम लिंकन! लिंकन या माणसाच्या आयुष्यात अनेकदा अपयश आलं; पण तुम्ही लिंकनला अपयशी म्हणणार का? तर नाही. म्हणून मी

अपयशाचा विचार करताना लक्षात घ्यायचे पाच नियम

१. तुम्ही आयुष्यात जे काही करणार आहात, त्यातून तुम्ही काहीतरी धडा शिकणार आहात. तुम्ही कितीही मोठा पराक्रम करा, त्यातून निष्पत्ती काय होणार ? तर तुम्ही एक धडा शिकणार आहात.
२. दुसरा नियम म्हणजे तुम्ही कधीही चुका करत नाही, तर काहीतरी शिकता.
३. तिसरा नियम, जोपर्यंत तुम्ही अपयशातून धडा शिकून घेत नाही, तोपर्यंत त्याची पुनरावृत्ती होत राहणार.
४. चौथा नियम म्हणजे जर तुम्ही सोप्या गोष्टी नाही शिकून घेतल्या, तर ते अधिकाधिक कठीण होत जाणार.
५. प्रसंगाला वेगळे प्रतिसाद तुम्ही देत आहात की नाही, यांवरून तुम्हांला कळतं, की तुम्ही धडा शिकला आहात का नाही!

म्हणतो, अपयश येणं आणि अपयशी असणं यात फार मोठा फरक आहे.

एडिसन हे नाव तुम्ही ऐकलं असेल. एडिसननं इलेक्ट्रिक बल्बचा शोध लावला. हा थॉमस अल्वा एडिसन केवळ तिसऱ्या वर्गापर्यंत शिकला. तिसऱ्या वर्गात असताना तो मंदबुद्धी असल्यानं शिक्षिका त्याच्यावर रागावली, तिनं त्याच्या घरी आईला एक चिठ्ठी पाठवली की, (Tom Is Not Suitable To This School. Take Him Out Of This School.) 'टॉम या शाळेत शिकण्यास पात्र नसून त्याचं शाळेतून नाव कमी करून घ्यावं.' त्या चिठ्ठीचा त्याच्या आईला प्रचंड राग आला. थॉमसची आई ती चिठ्ठी आणि थॉमसला घेऊन शाळेत गेली. ज्या शिक्षिकेनं ती चिठ्ठी लिहिली होती, त्या शिक्षिकेला टॉमची आई रागावली. 'माझ्या टॉमचा तू अशा प्रकारे अपमान केलास! त्याला तर मी घरी नेणारच आहे, पण मी तुला आत्मविश्वासानं सांगते; टॉम या शाळेसाठी योग्य नाही, असं नसून मी म्हणते, ही शाळाच माझ्या टॉमसाठी योग्य नाही.' (It is not that Tom is not suitable to your school, I say that your school is not suitable for my Tom) आता मी स्वत: त्याला शिकवणार आणि त्याचं शिक्षण पूर्ण करणार!' मित्रहो, थॉमसचं पुढचं शिक्षण त्याच्या आईनं पूर्ण केलं. या थॉमसनं शेकडो शोध लावले. त्यांतला एक होता (Incandescent Electric bulb), तप्त झाल्यावर प्रकाशमान होणारा विद्युत दिवा. या बल्बचा शोध लावताना त्याला दहा, वीस, शंभर नाही, तर तब्बल दहा हजार वेळा अपयश आलं. तरीसुद्धा प्रत्येक वेळी ही वायर बदल, हा सेल बदल,

ही बॅटरी बदल, अशा प्रकारे बदल करून दहा हजार वेळा अपयश पदरात पडल्यानंतरही चिकाटीनं त्यानं तो प्रयोग शेवटी सिद्ध करून दाखवला. त्यामुळे (Electric Bulb) विद्युत दिवा आपल्याला मिळाला. एडिसनच्या आयुष्यातून आपल्याला एक गोष्ट शिकायला मिळते. ती म्हणजे (Never Give Up!) कधीही हार मानू नका! एखाद्या गोष्टीत एक-दोन वेळा अपयश आलं, की आपण ती गोष्ट सोडून देतो. थॉमस अल्वा एडिसननं दहा हजार वेळा अपयश येऊनही आपलं काम सोडलं नाही.

एडिसन ६७ वर्षांचा असताना त्याच्या प्रयोगशाळेला आग लागली. हे सांगण्यासाठी कुणीतरी त्याला निरोप दिला, की 'तुझ्या प्रयोगशाळेला आग लागली आहे, तू लवकर ये.' घटनास्थळी येऊन एडिसन आपली जळणारी प्रयोगशाळा पाहत होता. एकानं त्याला प्रश्न विचारला, की 'तू आता काय करणार? तुझ्या मनात काय भावना आहेत?' यावर एडिसन म्हणाला, की 'देव महान आहे, त्यानं माझ्या सर्व चुका जाळून टाकल्या.' (God is Great! He has burned all my mistakes). त्याच्या मनात नकारात्मकता, निराशा, राग अशा कोणत्याच भावना आल्या नाहीत. त्यानं नव्यानं सुरुवात केली आणि एका महिन्यात फोनोग्रामचा शोध लावला. या माणसानं आपल्याला शिकवलं, की कधीही हार मानू नका! हे जगण्याचं तंत्र त्यानं आपल्याला शिकवलं.

यशस्वी लोक अपयशाला तात्पुरता धक्का मानतात. त्यांच्या अपेक्षादेखील व्यवहार्य असतात. ते त्यांची तंत्रं गरजेनुसार बदलत राहतात. अपयश आलं, तुम्ही खाली पडलात, तरी तुम्हांला पुन्हा उठून लढता आलं पाहिजे. घोड्यांच्या शर्यतीत पहिला येणारा घोडा काही पाचपट, दहा पट वेगानं धावत नाही, तो केवळ काही क्षणांनी पुढे असतो; पण त्यासाठी त्याला खूप मोठा पुरस्कार मिळतो.

जग केवळ यशस्वी व्यक्तींना ओळखतं. अपयशी व्यक्तीला ओळखत नाही. याचं एक उदाहरण मी तुम्हांला देऊ इच्छितो. विमानाचा शोध राईट बंधूंनी लावला, हे आपल्याला माहीत आहे. ऑरविल राइट आणि विल्बर राइट हे दोघे भाऊ सामान्य सायकल मेकॅनिक होते. त्यांनी त्यांच्या सायकलच्या दुकानात अनेक प्रयोग केले. विमान बनवण्याचे त्यांचे अनेक प्रयोग अपयशी ठरले. १७ डिसेंबर १९०३ या दिवशी त्यांच्या विमानानं यशस्वीरीत्या उड्डाण केलं. मित्रहो, सॅम्युअल लँजली या व्यक्तीचं नाव कोणी ऐकलं आहे का? हे नाव कुणालाही ठाऊक नसेल. लँजली हा अमेरिकेतील एका विद्यापीठात गणित आणि खगोलशात्राचा प्राचार्य आणि स्मिथसोनियन संस्थेचा संचालक होता. विमानाचा शोध लावणारी ही संस्था होती. अमेरिकेच्या सरकारनं विमानाचा शोध लावण्यासाठी तेथे भरपूर

निधी दिला होता. ८ ऑक्टोबर १९०३ रोजी लँजलीनं विमान उडवण्याचा प्रयत्न केला; त्याला मोठं अपयश आलं. यामुळे त्याच्यावर खूप टीका झाली. त्याच वर्षी डिसेंबरमध्ये त्यानं उड्डाणाचा प्रयत्न केला, पण त्यातही तो अपयशी ठरला. ही व्यक्ती अमेरिकी जनतेच्या पैशाचं नुकसान करीत आहे, असे मथळे तेथील 'न्यू यॉर्क टाइम्स' या वृत्तपत्रात छापून येऊ लागले. या टीकेचा मोठा परिणाम लँजलीवर झाला आणि पुढे हृदयविकाराचा धक्का येऊन त्याचा मृत्यू झाला. अपयशानं त्याच्या हृदयावर आघात केला. लँजली अपयशी झाला म्हणून जगानं लँजलीची ओळख पुसून टाकली. आज लँजलीला कोणी ओळखत नाही. याविरुद्ध राईट बंधूंना सर्व जग ओळखतं! कारण त्यांनी पराभव स्वीकारला नाही, ते प्रयत्न करीत राहिले. चिकाटी आणि प्रचंड इच्छाशक्ती हे गुण यशस्वी व्यक्तीमध्ये असतात, हे आपल्याला यातून शिकायला मिळतं.

आपल्यात जोखीम पत्करण्याची क्षमता असायला हवी. जेवढी जोखीम जास्त, तेवढं त्याचं फळ मोठं. कार्यात सातत्य नसणं, छोट्या यशानं हुरळून जाणं हे सारं टाळावं, तुमच्या प्राथमिकता ठरल्या असल्या पाहिजेत. तर स्वार्थी आणि आडवाटेनं काम करण्याची वृत्ती असता कामा नये. योजना आणि तयारी नसणं; वेळेबाबत, व्यवहाराबाबत, वागण्यात शिस्तीचा अभाव असणं वगैरे बाबी तुम्हांला मारक ठरू शकतात. एक संदेश म्हणून एक छोटी कविता मी सादर करीत आहे.

When things go wrong, as they sometimes will,
And the road you're trudging seems all uphill,
When the funds are low and the debts are high,
And you want to smile, but you have to sigh,
When care is pressing you down a bit,
Rest if you must, but don't you quit.

Life is queer with it's twists and turns,
As every one of us sometimes learns.
And many a failure turns about
When he might have won had he stuck it out.
Don't give up though the pace seems slow,
You may succeed with another blow.

Often the goal is nearer than it seems
To a faint and faltering man.
Often the struggler has given up
When he might have captured the victor's cup,
And he learned too late
When the night slipped down,
How close he was to the golden crown.

Success is failure turned inside out,
The silver tint of the clouds of doubt,
And you never can tell how close you are.
It may be near when it seems afar.
So stick to the fight when you're hardest hit.
It's when things seem worst that
You must not quit.

अपयश हे येणारच आहे; पण त्यानं हादरून न जाता त्यातून शिका. या गोष्टींचा तुम्हांला पुढे घेऊन जाण्यास उपयोग होणार आहे. अपयशाची भीती तुमच्या मनातून निघून जायला हवी. तुम्हीच तुमचं नशीब घडवणार आहात, यश ही काही जादू नाही. ती तुमच्या आवाक्यात येऊ शकणारी गोष्ट आहे, पण त्यासाठी तुम्हांला वर दिलेल्या नियमांचं पालन करता यायला हवं. या सर्व माहितीचं सार म्हणून सांगतो, की यशस्वी लोकांची स्पर्धा ही नेहमी स्वत:शी असते. म्हणून स्वत:ची इतरांशी तुलना करणं, स्पर्धा करणं या भानगडीत पडू नका. वैयक्तिक, कौटुंबिक, व्यावसायिक आणि सामाजिक या चारही आघाड्यांवर तुमची लढाई सुरू ठेवा. या चारही आघाड्यांवर तुम्ही यशस्वी होऊ शकाल, तर जीवनाचा पुरेपूर आनंद तुम्हांला घेता येईल. तुमच्यासमोर सादर केलेला हा विषय तुम्हांला आवडला असेल, अशी मी आशा करतो. एवढं बोलून मी इथे थांबतो आणि महाराष्ट्रीयन बिल्डर्स असोसिएशनचे आभार मानतो. जय हिंद, जय महाराष्ट्र!

यानंतर श्रोत्यांचे प्रश्न घेतले गेले व त्याला दिलेली उत्तरं पुढीलप्रमाणे...

प्रश्न : यश म्हणजे नक्की काय? तुम्ही यशाची व्याख्या सांगाल का?

डॉ. हावरे : यश हे तुमचा पैसा, प्रतिष्ठा यावर ठरत नाही. सोप्या शब्दांत सांगायचं, तर माणसाला दुःख हे नेहमी अपेक्षाभंगामुळे होतं. यासाठी समाधान असणं गरजेचं आहे. हे समाधान पैसा, प्रतिष्ठा, सन्मान यानं येत नाही, तर ते मानण्यात असतं. ते तुमच्या मनातून आलं पाहिजे, तुम्हांला स्वतःला तुम्ही समाधानी, सुखी मानता का, हे जास्त महत्त्वाचं आहे. माझ्या मते यशाची, सुखाची अशी ही साधीसुधी व्याख्या आहे.

प्रश्न : सर, तुम्ही सांगितलेल्या या गोष्टी संस्थास्तरावर किंवा सामूहिक स्तरावर कशा आत्मसात कराव्यात?

डॉ. हावरे : कोणतीही संस्था ही माणसांचं एक नेटवर्क असतं. कोणत्याही संस्थेसाठी काम करताना सर्वांनीच एकत्र काम करायचं असतं. एकमेकांचं दुःख वाटून कमी करता येईल, माझं म्हणणं कोणीतरी ऐकून घेईल, त्याला महत्त्व दिलं जाईल, असा विश्वास प्रत्येकामध्ये कोणत्याही संस्थेनं निर्माण करायला हवा. उदाहरणार्थ, चर्चमध्ये मनातील गोष्टी किंवा कबुली देण्यासाठी जागा असते, तिला 'कन्फेशन बॉक्स' म्हणतात. सिद्धिविनायकाच्या मंदिरात चांदीचे चार उंदीर आहेत. त्यांच्या कानांत लोक त्यांचं मागणं, त्यांच्या प्रार्थना बोलतात. लोक जर निर्जीव गोष्टींशी इतकं बोलतात, तर त्यांना एखादा चांगला मित्र भेटला, तर त्याला ते नक्कीच सांगतील. हे काम संस्था करू शकते.

प्रश्न : सर, तुम्ही अनेक क्षेत्रांमध्ये यशस्वी आहात; तर हे तुम्ही कसं काय करता आणि एखाद्या व्यक्तीला एकाहून अधिक क्षेत्रांमध्ये यशस्वी व्हायचं असेल, तर काय करावं?

डॉ. हावरे : एखाद्या व्यक्तीनं आपल्यावर काही जबाबदारी दिली, याचा अर्थ त्या व्यक्तीचा आपल्यावर विश्वास आहे. अशा वेळी त्या विश्वासाला पात्र ठरण्याची आपली जबाबदारी असली पाहिजे. माझ्याबद्दल सांगायचं झालं, तर माझा स्वभाव जीव ओतून काम करण्याचा आहे. स्वतःला पूर्णपणे झोकून काम केल्याशिवाय ते यशस्वी होत नाही. व्यक्ती कितीही हुशार असू दे, त्याला परिश्रमाची जोड लागतेच. माझे पूर्ण प्रयत्न झाल्यावर मी ते नशिबावर सोडतो; पण काही लोक तसं न करता नशिबाच्या भरोशावर राहतात. परिश्रम आणि जीव ओतून मेहनत या दोन्ही गोष्टी महत्त्वाच्या आहेत.

प्रश्न : सिंधी आणि गुजराती उद्योजक एकत्र येऊन व्यवसाय करतात, पण मराठी उद्योजक तसं करीत नाहीत, मराठी उद्योजक एकत्र जरी आले, तरी अशा प्रकारचा व्यवसाय फार काळ टिकत नाही. तर मराठी उद्योजकांनी स्वत:मध्ये काय बदल करावेत? आणि असे उद्योजक आम्हीदेखील उद्योग करण्यासाठी कसे निवडावेत?

डॉ. हावरे : गुजराती आणि सिंधी लोकांच्या पिढ्यान्‌पिढ्या या उद्योग करण्यात गेल्या आहेत. याउलट मराठी लोकांच्या पिढ्या या तलवारी घेऊन लढण्यात गेल्या आहेत. महाराष्ट्रीयन बिल्डर्स असोसिएशनचं उदाहरण घेतलं, तर आपण सर्व पहिल्या पिढीचे उद्योजक आहोत. आपल्याला हा उद्योग काही वाडवडलांकडून नाही मिळाला. उद्योग हा रक्तात भिनायला वेळ लागतो. सिंधी लोक हे फाळणी दरम्यान पाकिस्तानातून भारतात आले. त्यांच्या सोबत ते काही पैसा, मालमत्ता घेऊन आले नाहीत. इथे येऊन उद्योग सुरू केला. आज मला नोकरी करणारी एखादी सिंधी व्यक्ती दाखवा. पारशी लोकांचं मी तुम्हांला उदाहरण देतो. पारशी लोक इराणमधून परागंदा होऊन भारतात रिकाम्या हातांनी आले होते. आज सर्व पारशी लोक चांगला उद्योग करत आहेत. त्यांच्याकडे पैसा नव्हता, तर त्यांनी हे सर्व उभं कसं केलं? या लोकांमध्ये उद्योग करण्याची वृत्ती होती. ही वृत्ती विकसित करण्याची आवश्यकता आहे. आपल्याला उद्योगाची भाषा शिकावी लागेल. आपल्याला अरेला का रे? करण्याची भाषा येते. 'मोडेन, पण वाकणार नाही,' ही धंद्याची भाषा नाही. 'वाकेन, पण मोडणार नाही.' ही धंद्याची भाषा आहे. 'थँक यू' आणि 'सॉरी' हे दोन शब्द बोलायला शिका. तुमच्या ९९ टक्के समस्या सुटतील. हे आपण आता अंगीकारलं, तर आपल्या पुढच्या पिढ्यांच्यादेखील रक्तात उद्योग असेल.

प्रश्न : सर, उद्योजक एकत्र येऊन, प्रक्रियाबद्ध भागीदारी करून काही करू शकतात का? अनेक छोटे बांधकाम व्यावसायिक या उद्योगात येत आहेत, ते एखादी ठरावीक जबाबदारी स्वीकारतील. इतर उद्योजक वेगळी जबाबदारी स्वीकारतील. तर अशा प्रकारे बांधकाम व्यावसायिक एकत्र येऊन भागीदारीमध्ये काही करू शकतील का?

डॉ. हावरे : याचं उत्तर मी एका उदाहरणातून देतो. पुण्यात मराठी बांधकाम व्यावसायिकांची एक संघटना आहे. हे सर्व व्यावसायिक मिळून विविध प्रकल्पांसाठी लिफ्ट पुरवणाऱ्याला एक कंत्राट देतात. त्याचप्रकारे सिमेंट, स्टीलसाठी कंत्राट

काढून सर्वांत स्वस्त किंमत देणाऱ्या व्यापाऱ्याला ते काम देतात. तर या मॉडेलवर तुम्ही काम करू शकता. सिंधी, गुजराती उद्योजक कशा प्रकारे काम करतात हेदेखील आपल्याला त्यांच्याकडून शिकून घ्यायला हवं.

प्रश्न : निर्णय पटापट कसे घ्यावेत?

डॉ. हावरे: निर्णयक्षमता ही सरावानं येते. एखादा प्लॉट घ्यावा का नाही, याबाबत तुम्हांला अंतर्मनातून भावना यायला हवी. त्याचप्रमाणे कोणताही व्यवहार करतानादेखील अशा प्रकारे भावना असायला हवी. हे अनुभवातून येणार. निर्णय घेण्याचा एक ठरावीक कालावधी असतो. त्यात घाई करून किंवा दिरंगाई करून उपयोग नाही. त्या क्षेत्रातल्या तज्ज्ञांशी चर्चा करा, त्यांच्या अनुभवातून तुम्हांला शिकता येईल.

प्रश्न : बांधकाम व्यावसायिकांनी कोणत्या गोष्टींकडे विशेष लक्ष दिलं पाहिजे?

डॉ. हावरे : एक बांधकाम व्यावसायिक म्हणून तुम्हांला जमीन निवडता आली पाहिजे. मार्केट सर्वेक्षण हेदेखील अत्यंत महत्त्वाचं आहे. कामावर तुमचं लक्ष असायला हवं. साइटवर काय सुरू आहे, हे तुम्हांला माहीत असायला हवं. घाबडी कशी भरायची? घाबडी हा शब्द कोणत्याही पुस्तकात तुम्हांला सापडणार नाही. परंतु तुम्ही साइटवर जात असाल, तुमच्या कामाकडे तुमचं पूर्ण लक्ष असेल, तर असे शब्द नक्की तुम्हांला माहीत होतील. अजून एक महत्त्वाची गोष्ट म्हणजे ग्राहकांशी तुमचं वर्तन आदरपूर्वक असलं पाहिजे. ग्राहकांशी स्वत: भेटून त्यांचे प्रश्न आणि समस्या समजून घ्या. ग्राहक आपल्याला देणारा आहे. बाकी कंत्राटदार, आर्किटेक्ट, कच्चा माल पुरवणारे हे सर्व घेणारे आहेत. म्हणून जो देणारा आहे, त्याची सर्वाधिक काळजी घ्या. चांगल्या दर्जाचा कच्चा माल वापरा. अर्थकारणाची बाजू सांभाळा, बँकांकडून कर्ज घेणं टाळा, कारण तुम्ही बँकांचं व्याज देत राहता. एक प्रकारे तुम्ही बँकेसाठी मजुरी करीत राहता. या काही गोष्टींकडे तुम्ही लक्ष द्यायला हवं.

प्रश्न : सर, तुम्हांला कधी अपयश आलं का? आणि त्याचा सामना तुम्ही कसा केला?

डॉ. हावरे : प्रत्येकाला आयुष्यात अपयशाचा सामना करावा लागतो. माझा एक प्लॉट होता, त्यावर मजूर झोपड्या बांधून राहत होते. त्या प्लॉटवर एका

रात्री १०० गुंडांनी कब्जा केला. काठ्या, तलवारी घेऊन ते आले. त्यांनी मजुरांच्या झोपड्या पाडल्या, रातोरात पत्र्याचं कुंपण टाकलं. या प्रकाराची माहिती मला मिळाली. अशा वेळी तुम्ही स्वत: त्या ठिकाणी जाऊन परिस्थिती सांभाळायची असते. मला कळलं, यामागे कोण बांधकाम व्यावसायिक आहे, ते! मी त्याला थेट फोन लावला. पहिल्या तीन वेळा त्यानं माझा फोन उचलला नाही, चौथ्यांदा त्यानं माझा फोन उचलला.

मी त्यांना म्हटलं, 'साहेब, काही गैरसमज असेल, तर आपण चर्चा करू. या जमिनीची सर्व कागदपत्रं माझ्याकडे आहेत.' तेव्हा तो उर्मटपणे मला म्हणाला, की 'ते काही चालणार नाही. हा प्लॉट तुमचा नाही.' मी त्यांना म्हणालो, की 'कायद्यानुसार तुम्ही अशी बळजबरी करू शकत नाही. तुम्हांला कोणीतरी चुकीची माहिती दिली आहे.'

मग मध्यस्थी करून मी जेव्हा त्यांना माझी कागदपत्रं दाखवली, तेव्हा त्यांना समजलं, की त्यांना कोणीतरी चुकीची माहिती आणि खोटी कागदपत्रं दाखवली होती. आपली फसगत झाल्याचं कळल्यावर त्या माणसानं माघार घेतली आणि मी माझा प्लॉट ताब्यात घेतला. कोणतीही समस्या आली, की पुढे जाऊन तिचा सामना करायचा. Lead from the front and not from back.

प्रश्न : अपयशानंतर पुन्हा शून्यापासून कशी सुरुवात करावी आणि आता उद्योगात जोखीम पत्करण्याची इच्छा नाही, असं वाटत असताना काय करावं?

डॉ. हावरे : गरज नसेल, तर जोखीम तुम्ही पत्करलीच पाहिजे, असं नाही. तुम्ही इतरांप्रमाणे वागण्याची काही गरज नाही. तुम्हांला स्वत:ची क्षमता कळायला हवी. ५० किलो वजन उचलण्याची क्षमता असणारा माणूस ५०० किलो वजन उचलायला गेला, तर त्या वजनाच्या खाली तो दबून जाईल. दुसरी गोष्ट म्हणजे अपयशानंतर उभे तर तुम्ही कधीही राहू शकता. पुन्हा उभं राहण्याची, शून्यातून पुन्हा नवं निर्माण करण्याची वृत्ती तुम्ही स्वत:मध्ये निर्माण करायला हवी. पण जोखीम स्वीकारण्याची तयारी तुमची असायला हवी. जितकी मोठी जोखीम, तेवढं मोठं यश तुम्हांला मिळेल. आणि कमी जोखीम, तर कमी यश. तशी तयारी ठेवा.

■

(महाराष्ट्रीयन बिल्डर्स असोसिएशनच्या वतीनं आयोजित वेबिनारमधील मार्गदर्शन. दि. १ ऑगस्ट २०२०.)

व्यवसाय कसा करायचा?

मी डॉ. अजित मराठे. राजेंद्र सावंत यांच्यासह 'मार्स गुरुकुल'च्या सतराव्या भागात मी आपलं स्वागत करीत आहे. आपल्या सोबत आज डॉ. सुरेश हावरे आहेत. सर, चर्चा सुरू करण्याआधी तुमच्या घरी काही दिवसांआधी एक महत्त्वपूर्ण कार्यक्रम पार पडला, त्याविषयी तुम्ही आम्हांला सांगाल का?

डॉ. सुरेश हावरे : हो नक्की. साध्वी ऋतम्भरा यांनी माझ्या घरी भेट दिली. यापूर्वी एका भागवत कथेच्या निमित्तानं त्यांनी आमच्या घरी आठ दिवस वास्तव्यदेखील केलं होतं. सध्या त्या देशभर भ्रमंती करीत आहेत. त्याच निमित्तानं त्यांनी आमच्या घराला भेट दिली. अयोध्येमध्ये प्रभू रामचंद्रांच्या जन्मभूमीवर जे भव्य मंदिर उभारण्याचं काम सुरू आहे, त्या मंदिराच्या निधी संकलनासाठी हा दौरा होता. नवी मुंबईतील निधी संकलनाची सुरुवात त्यांनी माझ्या घरून केली, याचा मला अतिशय आनंद आहे.

एक अनुभव मी तुम्हांला सांगू इच्छितो, की १९९०च्या कारसेवेमध्ये मी सहभागी झालो होतो. ट्रेननं आम्ही लखनौपर्यंत गेलो. मग पुढे आठ दिवस शेतांमधून वाट काढत आम्ही अयोध्येपर्यंत गेलो. त्यावेळी जो संग्राम झाला, तेव्हा मी तेथे उपस्थित होतो. तीस वर्षांनी त्या आठवणी माझ्यासाठी पुन्हा जाग्या झाल्या. दुसरी महत्त्वाची गोष्ट म्हणजे याच कारसेवेला माझे वडीलही गेले होते. ते अमरावतीहून गेले होते, तर मी मुंबईहून; पण आम्हा दोघांनाही हे माहीत नव्हतं. त्या काळी मोबाइल फोन नव्हते. सर्व संवाद हा पत्रव्यवहाराद्वारे चालायचा. काही दिवसांनी मी जेव्हा घरी गेलो, तेव्हा आम्हांला कळलं, की आम्ही दोघेही कारसेवेला गेलो होतो. १५५८ सालापासून आपल्या देशाला लागलेला एक मोठा कलंक मिटला पाहिजे आणि रामजन्मभूमीवरच एक भव्य मंदिर उभं राहिलं पाहिजं, हे एक स्वप्न जे पाहिलं होतं, ते स्वप्न याच आयुष्यात पूर्ण होताना पाहण्याचा आनंद अवर्णनीय आहे. याच राममंदिरासाठी माझ्या पूर्ण परिवाराकडून

१ कोटी रुपयांची देणगी मी दिली. देणगी देताना जो आपल्याला आनंद मिळतो, तो मला त्या दिवशी मिळाला. त्या दिवशी केवळ १५ मिनिटांसाठी साध्वी ऋतम्भरा यांच्याशी आमची चर्चा झाली. त्यावेळी त्यांनी सांगितलं, की 'हे आपण राममंदिर बांधत नाही आहोत. आपण राष्ट्रमंदिर बांधतोय. हे आपल्या देशाचं भवितव्य घडवणारं मंदिर आहे. तुमचं हे दान म्हणजे पुढच्या पिढीसाठी तुमची ही गुंतवणूक आहे. तुमची पुढची पिढी जेव्हा तुम्हांला विचारील, की तुम्ही माझ्या सुरक्षित भविष्यासाठी काय केलं आहे? तेव्हा तुम्ही सांगू शकाल, की मी राममंदिर उभारलं आहे!'

डॉ. अजित मराठे : सर, उद्योजक हा संपत्ती निर्माण करतो. याचा उपयोग त्यानं समाजासाठी कसा करावा? तुम्ही उद्योजक आहातच, पण एक दातृत्ववान व्यक्तिमत्त्वही आहात म्हणून आम्हांला तुमच्याकडून मार्गदर्शन हवं आहे.

डॉ. हावरे : आपल्या उद्योगात किंवा संपत्तीत वाढ ही देण्यानं होते. आपल्या संपत्तीचा वापर तुम्ही अनेक सामाजिक उपक्रमांत योगदान देण्यासाठी करता, तेव्हा अनेकांचे आशीर्वाद तुम्हांला मिळतात. उद्योगासाठी केवळ भांडवल, वृत्ती, कर्ज देणाऱ्या बँकाच नाही, तर सर्वसामान्यांचा आशीर्वादही गरजेचा असतो. टाटा, बिर्ला हे खूप मोठे उद्योजक आहेत; कारण त्यांच्यामागे लोकांचा आशीर्वाद आहे. त्यांनी शाळा, महाविद्यालयं, रुग्णालयं, मंदिरं उभारली. सर्वसामान्यांच्या आशीर्वादामुळे उद्योगात खूप मोठी वाढ होते. माझी संपत्ती ही माझ्या देशाची आहे, मी काही काळासाठी या संपत्तीचा विश्वस्त आहे. त्याचा विनियोग मी योग्य पद्धतीनं केला, तरच ती माझ्याकडे अधिक काळ राहणार आहे; नाहीतर ती मला सोडून जाऊ शकते. ज्यांनी हरिद्वार येथे भारतमाता मंदिर उभारलं, त्या सत्यमित्रानंद गिरी महाराज यांचं एक वाक्य तुम्हांला सांगू इच्छितो. 'जर तुम्ही केवळ संपत्ती म्हणजे लक्ष्मीच्या मागे लागलात, तर लक्ष्मीचे पती आहेत विष्णू, त्यांना याचा राग आल्याशिवाय राहणार नाही. तुम्ही लक्ष्मीची पूजा करा, पण तिच्या मागे धावू नका. नाहीतर विष्णू देवाचा कोप तुम्हांला सहन करावा लागेल.'

डॉ. अजित मराठे : सर, तुम्ही तुमच्या प्रत्येक उपक्रमातून समाजासाठी काहीतरी देत आला आहात. त्याविषयीदेखील कृपया सविस्तर माहिती द्या.

डॉ. हावरे : माझा कोणताही गृहनिर्माण प्रकल्प पूर्ण झाल्यावर मी सर्व घर-मालकांना बोलावून समारंभपूर्वक तो सर्व प्रकल्प त्यांना सुपूर्द करतो. अशा वेळी

सामाजिक संस्थांनादेखील बोलवतो आणि त्यांना आर्थिक मदत करतो. यमगरवाडीला भटके विमुक्त विकास परिषदेचं वसतिगृह आहे. पारधी समाजातील मुलांच्या विकासासाठी हे वसतिगृह उभारण्यात आलं आहे. शेकडो विद्यार्थी तेथे शिकतात. जी पारधी जमात आहे, त्या जमातीला कायद्यानं गुन्हेगार जमात म्हणून नोंदलेलं आहे. कुठेही गुन्हा घडला, तर या समाजातीलच कोणी गुन्हा केला असावा, या धारणेतून या लोकांना कोठडीत डांबलं जातं. म्हणून या मुलांचे पालक हे कायम तुरुंगात असतात किंवा पोलिसांच्या ताब्यात असतात. त्यामुळे ही मुलं बेघर आणि बेवारस असतात. अशा मुलांना आश्रय आणि शिक्षण देण्यासाठी हे वसतिगृह उभारण्यात आलं आहे. या वसतिगृहाला जेव्हा मी मदत दिली आणि पाहायला गेलो, तेव्हा मला अतिशय आनंद झाला.

असाच एक किस्सा मी तुम्हांला सांगू इच्छितो. मे महिना होता. रणरणतं ऊन होतं. त्या उन्हात ही मुलं धावपळ करीत होती, खेळत होती. पण कोणत्याही मुलाच्या पायांत चपला नव्हत्या. त्यावेळी माझे मित्र रमेश पतंगे हेदेखील माझ्या सोबत होते. मी त्यांना म्हटलं, 'रमेशजी, या मुलांना चपला द्यायला हव्यात का? मुलांसाठी चपला, बूट याची व्यवस्था करू का?' तेव्हा रमेशजींनी मला सांगितलं की, 'सुरेश, या मुलांना याआधीही चपला-बूट दिले आहेत, पण ही मुलं ते फेकून देतात. त्यांना चपला-बुटांची गरजच नाही आहे.' म्हणजे आपल्याला ज्या लोकांच्या गरजा वाटतात, त्या खरंच त्यांच्या गरजा आहेत का, हेच आपल्याला माहीत नसतं. म्हणजे आपण एखादं काम करायला जातो, पण समोरच्याची ती गरजच नसते. म्हणून कोणताही सामाजिक प्रकल्प सुरू करण्यासाठी तेथील लोकांच्या गरजा काय आहेत, याचं सर्वेक्षण होणं गरजेचं आहे.

मार्स गुरुकुल

'निर्माण ग्रुप ऑफ कंपनीज'चे चेअरमन आणि व्यवस्थापकीय संचालक राजेंद्र सावंत आणि अजित मराठे हे बालपणापासूनचे मित्र. १९९५मध्ये निर्माण कंस्ट्रक्शन या नावानं बिल्डर्स आणि डेव्हलपर्स म्हणून त्यांनी व्यवसायास सुरुवात केली. व्यवसायात यशस्वी, स्थिरस्थावर झाल्यावर 'मार्स गुरुकल' मार्फत Friend, Philosopher & Guide ही संकल्पना घेऊन आपल्या व्यवसायातील अनुभव, ज्ञान, आपल्या नेटवर्कमधील महाराष्ट्रातील उद्योजक-व्यावसायिकांसोबत वाटून त्यांचा उद्योग कसा नावारूपास येईल, यासाठी ते आता मार्गदर्शन करीत आहेत. Knowledge, Network & Experience सोबत अनेक मराठी व्यावसायिकांना पुढे घेऊन जायचं स्वप्न त्यांनी बाळगलं आहे. व्यवसायाचं लक्ष्य ठरवून ते पूर्ण होईल तोपर्यंत उद्योजकांना मार्स गुरुकुलतर्फे मार्गदर्शन दिलं जातं.

राजेंद्र सावंत : सर, मराठी तरुणांना उद्योग तर करायचा आहे, परंतु कोणता उद्योग करावा, याबाबत त्यांच्या मनात संभ्रम आहे. उद्योजकांनी त्यांचा उद्योग किंवा स्टार्टअप कसा निवडावा आणि त्यासाठी काय काळजी घ्यावी, याविषयी थोडं मार्गदर्शन करा.

मराठी उद्योजकांसाठी सल्ला

पहिली गोष्ट मला नमूद करावीशी वाटते, ती म्हणजे बहुतेक मराठी उद्योजक पहिल्या पिढीतले उद्योजक आहेत. ते वडिलोपार्जित उद्योग चालवत आहेत, अशी परिस्थिती कमी आहे. पण त्यांची पुढची पिढी या उद्योगात उतरणार आहे. कौटुंबिक व्यवसायात सर्वांत महत्त्वाची गोष्ट म्हणजे आपण सर्वांना सामावून घेतलं पाहिजे. प्रत्येक व्यक्तीमध्ये काहीतरी गुण आहेत. त्याप्रमाणे तुम्ही त्यांना काम द्या. कौटुंबिक व्यवसायातील अजून एक मोठी समस्या असते, ती म्हणजे 'मी'पणा किंवा अहंकार. कुटुंबामध्ये वादविवाद होणारच, पण ते कुटुंबातच चर्चेनं सोडवता आले पाहिजेत. समंजस वागणूक ठेवली पाहिजे, कमी-जास्त पचवून घेण्याची क्षमता वाढवली पाहिजे. असं केल्यास हा संघर्ष थांबतो, नाहीतर कुटुंबाची कमाई कमी होते आणि वकिलांची कमाई वाढते.

डॉ. हावरे : उद्योग करणं म्हणजे काय? यासाठी मी नेहमी सांगतो, की कुठच्याही व्यवस्थेत असणारी कमतरता शोधून ती भरून काढणं म्हणजेच उद्योग. आता ही कमतरता उत्पादनाची, प्रक्रियेची, सेवेची कशाचीही असू शकते. माझ्या 'स्टार्टअप मंत्र' या पुस्तकात अशा १५ उद्योजकांची आणि त्यांच्या उद्योगांची माहिती दिली आहे. यात डोंबिवलीतील सागर जोशी नावाचा एक तरुण उद्योजक आहे. हा एकदा शिर्डीला जात असताना रस्त्यात त्याची गाडी बंद पडली. रात्रीची वेळ असल्यानं त्याला गाडी दुरुस्त करण्यासाठी कोणतीही मदत मिळाली नाही. पूर्ण रात्र मदत शोधत त्याची रात्र गेली. दुसऱ्या दिवशीच त्याची गाडी दुरुस्त होऊ शकली. त्यावेळी त्याच्या मनात विचार आला, की अशा प्रकारे अनेकांच्या गाड्या रस्त्यांत बंद असतील. अशा लोकांना तात्काळ, एका फोन कॉलवर मदत मिळाली, तर? त्याला एक कमतरता दिसली आणि ती भरून काढण्यासाठी त्यानं आरएसए नावाचं एक ॲप सुरू केलं. देशातील अशा प्रकारची रस्त्यालगत असणारी १८ हजार गॅरेजेस त्यानं आपल्या ॲपला जोडली. तसंच या पुस्तकातील अजून एक उदाहरण मी देऊ इच्छितो, ते म्हणजे 'क्लासबोट'चं. चैतन्य सलगरकर आणि रेणू शिरूरकर या दाम्पत्यानं

विद्यार्थी आणि कोचिंग क्लासेसना एकत्र आणलं. विद्यार्थ्यांना त्यांच्या गरजेप्रमाणे क्लास शोधून देणं, क्लासला विद्यार्थ्यांशी जोडणं हे काम 'क्लासबोट' ॲप करतं.

एक तरुण आहे प्रथमेश क्रिसंग, त्यानं 'कथा' नावाचं ॲप सुरू केलं आहे. टीव्हीवर कित्येक नव्या मालिका येत असतात. या मालिकांना काही कथानक हवं असतं, संगीत हवं असतं, इतर तांत्रिक गोष्टींची आवश्यकता असते. या तरुणांनी मनोरंजन क्षेत्रातील सर्व कलाकारांना या ॲपवर आणलं. दिग्दर्शक, निर्माते यांना कथाकार, संगीतकार, इतर तंत्रज्ञ या ॲपवर मिळतात. या तिन्ही उदाहरणांतून उद्योग हा कल्पनेवर आधारित असतो, हे आपल्याला दिसतं. कोणताही उद्योग स्टार्टअप उद्योग होत नाही. कल्पनेला तंत्रज्ञानाची जोड दिली, त्यात अमर्याद विस्ताराची क्षमता असली, की तो स्टार्टअप उद्योग असतो.

डॉ. अजित मराठे : सर, काही जणांचा असा प्रश्न आहे, की माझ्या कुटुंबाचा पारंपरिक उद्योग आहे; पण त्यात मला विशेष रस नाही, तर मी काय करावं? आणि दुसरा प्रश्न म्हणजे कुटुंबाचा उद्योग असताना जर उद्योगाबाबत कौटुंबिक वाद झाले, तर अशा परिस्थितीत काय करावं?

डॉ. हावरे : पहिली गोष्ट मला नमूद करावीशी वाटते, ती म्हणजे बहुतेक मराठी उद्योजक जे आहेत, ते पहिल्या पिढीतले उद्योजक आहेत. उद्योजक वडिलोपार्जित उद्योग चालवत आहेत अशी परिस्थिती कमी आहे. पण त्यांची पुढची पिढी या उद्योगात उतरणार आहे. कौटुंबिक व्यवसायात सर्वात महत्त्वाची गोष्ट म्हणजे आपण सर्वांना सामावून घेतलं पाहिजे. प्रत्येक व्यक्तीमध्ये काहीतरी गुण आहेत. त्याप्रमाणे तुम्ही त्यांना काम द्या. कौटुंबिक व्यवसायातील अजून एक मोठी समस्या असते, ती म्हणजे 'मी'पणा किंवा अहंकार. कुटुंबामध्ये वादविवाद होणारच, पण ते कुटुंबातच चर्चेने सोडवता आले पाहिजेत. समंजसपणे वागणूक ठेवली पाहिजे, कमी-जास्त पचवून घेण्याची क्षमता वाढवली पाहिजे. असं केल्यास हा संघर्ष थांबतो, नाहीतर कुटुंबाची कमाई कमी होते आणि वकिलांची कमाई वाढते.

माझ्या मुलाचा एक मित्र आहे, त्याच्याकडे पिढीजात उद्योग आहे. त्यांच्या कुटुंबात ३५० लोक आहेत. पण प्रत्येकाला हवा तो उद्योग करण्याचं जसं स्वातंत्र्य आहे, तशीच कितपत खर्च करायचा, याची मर्यादादेखील आहे. सर्व कुटुंबीयांना सल्ला देण्यासाठी त्यांनी एक समुपदेशकदेखील ठेवला आहे. कुटुंबातील वाद शमवण्यासाठी समुपदेशक हादेखील पर्याय सध्या उपलब्ध आहे.

डॉ. अजित मराठे : सर, काही वेळा क्षमता उत्तर देऊन जाते. आता कोरोनाचं संकट आलं किंवा इतर काही नैसर्गिक, अनैसर्गिक कारणं समोर येतात, अशा वेळी काय करावं?

डॉ. हावरे : एक सल्ला मला द्यावासा वाटतो, की तो म्हणजे आनंदाच्या क्षणात खूप हुरळून जाऊ नका आणि दुःखाच्या क्षणी हादरून जाऊ नका. दुःख असो वा सुख, हे दोन्ही कायमस्वरूपी नसतं. आध्यात्मिकतेची जोडदेखील डोक्याला असायला हवी, त्यामुळे व्यक्तीची मानसिक क्षमता कैक पटींनी वाढते. आपलं कर्तृत्व अमुक होतं, यापुढे जे मिळालं आहे, ते सर्व देवाच्या कृपेनं, आई-वडलांच्या आशीर्वादानं मिळालं आहे, असं समजा. त्याचप्रमाणे काही अडचणी आल्या, तर देव माझी परीक्षा बघतोय; या परीक्षेत मी उत्तीर्ण झालो, तरच मला पुढच्या वर्गात जाता येणार आहे, असं समजा. सुखाचे क्षण जेवढं तुम्हांला शिकवतात, त्याहून दहापट तुम्हांला दुःखाचे क्षण शिकवतात. आशा भोसले यांनी एका पत्रकाराला उत्तर दिलं होतं की 'सुखी व्यक्ती कधीही कलाकार होऊ शकत नाही. कलाकाराला नेहमी दुःखाची किनार असते.' म्हणून जर तुमच्या जीवनात दुःख असलं, तर समजा, तुम्ही कलावंत होऊ शकता. हा गमतीचा भाग झाला. पण दुःखाला घाबरू नका. त्याचं मोकळेपणानं स्वागत करा. उद्योगात तुम्हांला यश कदाचित १० टक्के शिकवत असेल, पण अपयश तुम्हांला १०० टक्के शिकवून जातं.

डॉ. अजित मराठे : सर, शिर्डी संस्थानाचे अध्यक्ष म्हणून तुम्ही शिर्डीचा कायापालट केला, त्यात उद्योजकता आणली. त्याबद्दल काही मार्गदर्शन कराल का?

डॉ. हावरे : तिथे धर्मशाळेत शाळा आणि महाविद्यालय सुरू होतं. तेथील विद्यार्थ्यांसाठी मी सात लाख चौरस फुटांचं एक शैक्षणिक संकुल उभारलं आहे. राहण्याच्या सुविधांचं नूतनीकरण केलं आहे. भक्तांसाठी वातानुकूलित दर्शन कक्ष, साईबाबांच्या समाधीवर चढवल्या जाणाऱ्या फुलांपासून अगरबत्त्या निर्माण करण्याचा उद्योग सुरू केला. त्यातून स्थानिकांना रोजगारनिर्मिती झाली. ५ कोटी रुपयांची उलाढाल असलेला उद्योग सुरू झाला. मंदिराच्या सहभागानं शिर्डी शहरात स्वच्छता मोहीम राबवली. रक्तदानाची एक चळवळ शिर्डीला उभी राहिली आहे. तिरुपतीला जसं केशदान, तसं शिर्डीला रक्तदान, असं समीकरण रूढ

झालं आहे. शिर्डीला मी बदललं, असं सर्वजण म्हणत असले, तरी शिर्डीनं माझं पूर्ण आयुष्य बदलून टाकलं. शिर्डीच्या माझ्या अनुभवांवर मी 'साईसेवा' हे पुस्तक लिहिलं आहे.

डॉ. अजित मराठे : सर, तुम्ही आम्हांला अत्यंत मोलाचं मार्गदर्शन केलंत, ते आम्हांला असंच लाभत राहावं, अशी मी अपेक्षा करतो आणि तुमचे आभार मानतो. धन्यवाद.

■

('मार्स गुरुकुला'च्या 'बिझनेस आणि बरंच काही' या वेब सीरीजमधील मार्गदर्शन, दि. १९ जानेवारी २०२१.)

शिदोरी
सामाजिकतेची

“

“भक्तीचं मोजमाप विज्ञानाला करता येत नाही. तुमची भक्ती १ किलो, माझी भक्ती २ किलो, असा प्रकार करता येत नाही. भक्तीची काही गोळी नाही, इंजेक्शन नाही. ती आपल्या आतून आली पाहिजे. तशीच कामाची ओढदेखील आतून आली पाहिजे. हे काम मी स्वत: स्वीकारलेलं आहे आणि मला ते मनापासून करायचं आहे. मी जे काम करतोय, ते या काळाची आवश्यकता आहे. मी ते करणार आहे आणि मी ते करणार आहे म्हटल्यावर ते माझं काम होतं.”

❋ ❋ ❋

“मित्रहो, प्रत्येकाला आयुष्यात अपमानाचा सामना करावा लागतो. अपमान झाला नाही, असा मनुष्य जगात नाही; पण जिव्हारी लागलेल्या अपमानातून सकारात्मक बळ घेऊन त्यातून काहीतरी निर्मिती करणाऱ्यांनाच महापुरुष म्हटलं जातं.”

”

मातृशक्तीचं जागरण

स्वप्नांपासून यशापर्यंतचा मार्ग अस्तित्वात आहे. तो शोधण्याची दृष्टी, त्यावर जाण्याचं धैर्य आणि त्याचं अनुसरण करण्याची चिकाटी तुम्हांला मिळो.

– कल्पना चावला, अंतराळवीर

श्री जितेंद्रनाथ महाराज, सौ. रेणुका मायबाई, 'विश्व मांगल्य सभे'च्या अखिल भारतीय अध्यक्षा रेखाताई खंडेलवाल, 'विश्व मांगल्य सभे'च्या अखिल भारतीय संघटक डॉ. वृषाली जोशी, माधुरीताई चेनके, अंजलीताई पुडापे, गायत्रीताई लोमटे, माझी पत्नी नलिनी हावरे त्याचप्रमाणे या ठिकाणी उपस्थित असलेल्या सर्व प्रमुख कार्यकर्त्या, विश्व मांगल्य सभेचे सर्व पदाधिकारी, या संघटनेशी जुळलेले सर्व सभासद बंधू आणि भगिनींनो, सर्वप्रथम या कार्यालयाचं उद्‌घाटन झालं, असं मी जाहीर करतो.

१२ वर्षांपासून अशा कार्यालयाची वाट पाहिली जात होती, असं मला सांगण्यात आलं आहे. १२ वर्षं म्हणजे एक तप. वृषाली ताई यांनी तपश्चर्या केली आहे. या तपश्चर्येचं फळ या कार्यालयाच्या रूपानं तुम्हांला मिळालं आहे. कोणत्याही कामाची सुरुवात ही छोटीच असते आणि ती छोटीच असली पाहिजे. काही दिवसांपूर्वी मी गंगोत्रीला गेलो होतो. उगमाच्या ठिकाणी गंगेचा प्रवाह लहानसाच आहे. पण हरिद्वारला गेल्यावर गंगेचं विराट रूप आपल्याला पाहायला मिळतं. 'विश्व मांगल्य सभे'च्या कामाचा जेव्हा मी परिचय करून घेण्याचा प्रयत्न केला, तेव्हा मला असं जाणवलं, की हे मौलिक कार्य असून आजच्या काळाची ती गरज आहे.

प्रत्येक घरातील माता संस्कारित आणि सशक्त करणं हे भारतीय स्त्रीशक्तीला, भारतीय संस्कृतीला मजबूत करण्याचं काम आहे. या कार्यक्रमासाठी जेव्हा

वृषाली ताई यांनी मला आमंत्रित केलं, तेव्हा मला आनंद झाला. माझ्या पत्नी-देखील या कार्याशी आधीपासून जोडल्या गेल्या आहेत. मी पथ्रोट-अमरावती जिल्ह्याचाच असल्यामुळे या निमित्तानं 'माहेरी' येण्याचा विशेष आनंद मला झाला आहे.

या ठिकाणी स्त्रीशक्तीला, मातृशक्तीला अभिवादन करण्याचा योग आला आहे, त्याचा मला आनंद आहे. ज्यांना हे काम करण्याची संधी मिळाली आहे, त्यांनी स्वत:ला भाग्यवान समजायला हवं. असा योग काही मोजक्या लोकांच्याच आयुष्यात येतो. आज आपल्या समाजाची समाधानकारक स्थिती नाही. विशेषत: जेव्हा महिलांवर झालेले अत्याचार, अनाचार, दुष्कर्म आपल्याला कळतात, तेव्हा आपला समाज सुदृढ नसल्याची जाणीव होते. आपल्या भारतीय संस्कृतीचा समाजाला पडत चाललेला विसर हे त्यामागचं प्रमुख कारण असल्याचं मला वाटतं. आपल्याला भारतात जन्म मिळाल्यानंतर हजारो वर्षांच्या संस्कृतीच्या संपत्तीचा वारसा आपल्याला मिळतो. एवढे श्रीमंत आपण जन्मत:च असतो. असा वारसा मिळूनसुद्धा अशी अधोगती होण्याचं कारण काय? समाजात अशी विकृती निर्माण होण्याचं कारण काय? तर भारतीय संस्कृतीकडे होत असलेलं दुर्लक्ष आणि पश्चिमी संस्कृतीच्या वाढत्या प्रभावाचा हा परिणाम असावा. पश्चिमी संस्कृतीचा प्रभाव वाढत चालला आहे. मुलाबाळांवर या संस्कृतीचाच प्रभाव पडतोय, अशी चर्चा नेहमीच होत असते. भारतीय संस्कृती आणि पश्चिमी संस्कृती यांमध्ये फरक काय? तर स्त्रीकडे पाहण्याचा दृष्टिकोन हा मूलभूत फरक असल्याचं मला वाटतं. भारतीय संस्कृतीत प्रत्येक स्त्रीकडे मातास्वरूपात पाहिलं जातं आणि पश्चिमी समाजात प्रत्येक स्त्रीकडे पत्नीस्वरूपानं पाहिलं जातं. या मूलभूत फरकामुळे समाजाची अवनती झालेली आपल्याला दिसत आहे. म्हणून मातृशक्तीचा जागर करण्याच्या कामाची आज अत्यंत गरज असल्याचं मला वाटतं. प्रत्येक स्त्री ही माझी माता आहे, असं जर माणसानं समजलं, तर तो वाकड्या मार्गानं जाईल, असं मला वाटत नाही. अशीच मानसिकता पूर्ण समाजाची असेल, तर संपूर्ण समाज तंदुरुस्त राहील, असं मला वाटतं.

आपल्या संस्कृतीनं आपल्याला काही मूल्यं दिलेली आहेत. कुटुंब हे आपलं मूल्य आहे, हे भारतीय संस्कृतीचं वैशिष्ट्य आहे. भारतीय समाजात दिसणारी कुटुंबव्यवस्था तुम्हांला जगात सगळीकडे पाहायला मिळणार नाही. घर एक मूल्य आहे. तुम्ही अमेरिका-युरोपमध्ये गेल्यावर तेथील लोकांना भेटलात, तर ते तुम्हांला 'संध्याकाळी घरी या, चहा घ्यायला', अशा प्रकारचं आमंत्रण देणार नाहीत. ते म्हणतील, 'संध्याकाळी आपण अमुक एखाद्या हॉटेलमध्ये भेटू किंवा अमुक एखाद्या क्लबमध्ये भेटू.' 'घरी या', असा शब्दप्रयोग कुणी करीत नाही.

स्त्रीकडे पाहण्याचा दृष्टिकोन

भारतीय संस्कृती आणि पश्चिमी संस्कृती यांमध्ये फरक काय? तर स्त्रीकडे पाहण्याचा दृष्टिकोन हा मूलभूत फरक असल्याचं मला वाटतं. भारतीय संस्कृतीत प्रत्येक स्त्रीकडे मातास्वरूपानं पाहिलं जातं आणि पश्चिमी समाजात प्रत्येक स्त्रीकडे पत्नीस्वरूपानं पाहिलं जातं. या मूलभूत फरकामुळे समाजाची अवनती झालेली आपल्याला दिसते आहे. म्हणून मातृशक्तीचा जागर करण्याच्या कामाची आज अत्यंत गरज असल्याचं मला वाटतं. प्रत्येक स्त्री ही माझी माता आहे, असं जर माणसानं समजलं, तर तो वाकड्या मार्गानं जाईल, असं मला वाटत नाही. अशीच मानसिकता पूर्ण समाजाची असेल, तर संपूर्ण समाज तंदुरुस्त राहील, असं मला वाटतं.

कारण 'घर' हे तिथे नाहीच. घर हे आपल्या भारतीय संस्कृतीचं मूल्य आहे. ही मूल्यं आपल्याला वारशात फुकट मिळाली आहेत आणि फुकट मिळालेल्या गोष्टींची काही किंमत नसते. म्हणून आपल्याला या गोष्टींची किंमत नाही. त्याचप्रमाणे माता हे आपल्या कुटुंबाचं केंद्र आहे. हे मूल्य आपल्याला आपल्या संस्कृतीमधून मिळालेलं आहे. 'स्वामी तिन्ही जगांचा आईविना भिकारी' अशी म्हण आहे. आई नसेल, तर सर्वस्व असूनही नसल्यासारखं आहे. हा मातृभाव आपल्या समाजाचा मूळ भाव आहे. त्या मूळ भावाचाच अभाव आज आपल्याला जाणवत आहे. त्या अभावाचा प्रभाव सर्व समाजावर आपल्याला दिसत आहे.

आपला समाज किंवा आपली संस्कृती केवळ इथेच थांबली आहे, असं नाही; तर आपल्या संस्कृतीनं चराचरात मातृभाव असल्याची शिकवण दिली आहे. म्हणून तुळशीच्या रोपट्यालादेखील आपण तुळशीमाता म्हटलं आहे.

तुळशीला माता म्हणण्याचं कारण काय? यातून आपल्या पूर्वजांना काय सांगायचं आहे? केवळ तुळशीच नाही, तर साऱ्या वनस्पती सृष्टीकडे पाहण्याची आपली दृष्टी ही मातृस्वरूप असली पाहिजे; कारण यातून आपलं उदरभरण, पोषण होतं. ही वनराई आपल्याला केवळ अन्न देते, असं नाही; ती आपल्याला प्राणवायूही देते. प्राणवायू वनराईशिवाय इतर कुठूनही आपल्याला मिळू शकणार नाही. आपण जगू शकणार नाही. म्हणून वनस्पतींना पूजनीय करण्यासाठी सांकेतिक म्हणून तुळशीची निवड झाली. म्हणून तुळशीला आपण माता म्हणून संबोधतो. हे जे मूल्य आहे, ते हजारो वर्षांपासून आपल्यासमोर मांडलेलं आहे. याची सुरुवात नेमकी कधी आणि कुणी केली, हे आपल्याला सांगता येणार नाही.

अशीच जीवनात आपल्याला पाण्याची गरज आहे. 'जल है, तो कल है'

असं म्हटलं जातं. एक दिवस घरी पाणी नाही आलं, तर पंचाईत होते. मानवाला पाण्याचं महत्त्व कळावं, यासाठी नद्यांना मातृस्वरूप मानलेलं आहे. गंगा नदीला आपण गंगामाता म्हणून संबोधतो. जगभरातील अनेक देशांमध्ये मोठमोठ्या नद्या आहेत, पण कुठल्याही देशात तेथील नद्यांना माता म्हणून संबोधलं जातं, असं मला वाटत नाही. गंगेला माता म्हणण्याचं कारण काय? गंगा हा जलस्त्रोत आहे. केवळ गंगाच नाही, या देशातील सर्व नद्या, तलाव, ओढे, सर्व जलस्त्रोत मातृस्वरूप आहेत. हे सर्व गंगेचेच भाग आहेत. या सर्वांना आपण गंगा म्हणून संबोधतो.

पाण्याचं महत्त्व कळावं, यासाठी आपल्या पूर्वजांनी एक सांकेतिक शब्द निवडला, तो म्हणजे 'गंगामाता'! ते एवढ्यावरच थांबले नाहीत. मनुष्याला बुद्धी आहे, त्याच्या बुद्धीला खाद्य मिळायला हवं. निर्माण केलेली संस्कृती टिकली पाहिजे, वाढली पाहिजे म्हणून ज्ञानवर्धक साहित्य निर्माण करण्यात आलं. त्यातील भगवद्गीता हा आपला ग्रंथ आहे. गीतेलाही गीतामाता असं म्हटलेलं आहे. पुस्तकाला माता म्हटलं जातं, असा देश मी अजून पाहिलेला नाही. गीतामाता म्हणण्याचं कारण काय? माणसाच्या आयुष्यात सर्वांत जास्त महत्त्व मातेला आहे. पुस्तकालाही ते महत्त्व मिळावं, यासाठी त्याला मातास्वरूप दिलेलं आहे. आपले जे काही ग्रंथ आहेत, जे ज्ञानवर्धक साहित्य आहे, ते सर्व आपल्यासाठी मातृस्वरूप आहे. हे ज्ञानाचं महत्त्व आपल्याला कळायला हवं आणि ते चिरकाळ टिकलं पाहिजे म्हणून अशा प्रकारे सांकेतिक भाषेत आपल्याला समजावून सांगण्यात आलं आहे. केवळ वनस्पती, पाणी, ज्ञानच नाही, तर प्राणिसृष्टीदेखील आपल्यासाठी जीवनावश्यक आहे. म्हणून गायीला निवडण्यात आलेलं आहे. गायीला 'गोमाता' म्हटलं आहे. आपला देश हा कृषिप्रधान देश आहे. कृषिप्रधान देशाला गायीचं महत्त्व सर्वाधिक आहे. गायीशिवाय कृषी चिरकाळ शक्य नाही. गायीला दिलेलं मातृस्वरूप हे केवळ गायीपुरतं मर्यादित नसून सर्व पशुधन जे आहे, ते सर्व पशुधन मातृस्वरूप आहे. या पशुधनाला आपण जपलं पाहिजे. म्हणून गाय निवडण्यात आली आहे.

जमीन हे केवळ शेत, एखादा रस्ता, भूमीचा तुकडा नाही, ही माझी भारतमाता आहे. जमिनीला भारतमातेचं स्वरूप दिलं आहे. केवळ तुमच्या घरातली जमीन भारतमाता आणि माझ्या घरची जमीन भारतमाता नाही, असं नाही. देशाची सर्व जमीन ही भारतमाता आहे. जगाच्या पाठीवर अनेक देश आहेत; पण अमेरिका माता, जर्मनी माता, इंग्लंड माता असं आपण कधीच ऐकलं नाही. केवळ भारतमाता असंच आपल्याला माहीत आहे. म्हणूनच मातृभाव हा आपल्या संस्कृतीचा सहज स्वभाव आहे. ते मूल्य जपण्यासाठी अशा प्रकारची सांकेतिक

निवड आपल्या पूर्वजांनी केली आहे.

हे लक्षात राहावं, यासाठी मोरोपंत पिंगळे एक कथा सांगत असत. ती कथा मला सांगावीशी वाटते. अकबर आणि बिरबलाची अशी ती कथा आहे.

एकदा अकबर आणि बिरबल जंगलातून फिरत होते. तेव्हा वाटेत तुळशीचं रोपटं आलं. बिरबल त्या रोपटासमोर नतमस्तक झाला. अकबरानं बिरबलाला विचारलं, 'अरे, हे तू काय करीत आहेस?'

तर तो म्हणाला, 'जहाँपनाह, ही आमची तुळशीमाता आहे आणि मी माझ्या मातेला नमस्कार केला आहे.'

अकबर म्हणाला, 'काय तुम्ही मूर्ख लोक आहात! झाडाला माता म्हणता, झाड कधी माता असू शकतं का?'

बिरबल उद्‌गारला, 'तुम्हांला हे नाही समजणार, ही आमची माता आहे.'

यावर अकबर संतापला, 'अच्छा, ही माता आहे; आता मी बघतो याचं काय करायचं', असं म्हणून त्यानं ते तुळशीचं रोप उपटून फेकून दिलं.

बिरबलाला प्रचंड राग आला. तो म्हणाला, 'तुम्ही माझ्या मातेचा अपमान करीत आहात.'

त्यानं तेव्हा ठरवलं, की याचा बदला मी घेणार. ते पुढे चालत निघाले, चालत चालत त्यांना पुढे एक झाड दिसलं.

झाड होतं खाजेचं. ज्या झाडाला स्पर्श केल्यास पूर्ण अंगाला खाज सुटते, त्या झाडासमोर बिरबलानं लोटांगण घातलं.

बिरबलाला लोटांगण घातलेलं पाहून अकबरानं विचारलं, 'तू काय करतो आहेस?'

बिरबल म्हणाला, 'जहाँपनाह, ती आमची माता होती, हा आमचा बाप आहे.'

अकबर पुन्हा चिडला, 'अरे काय, तुम्ही लोक झाडाला कधी आई म्हणता, कधी बाप म्हणता. थांब मी तुझ्या बापालाही बघतो.' असं बोलून अकबरानं ते झाड उपटलं, डोक्यावरून गरागरा फिरवलं आणि फेकून दिलं. यामुळे त्याच्या सर्व अंगाला खाज सुटली. तो बैचेन झाला. काय करावं, हे सुचत नव्हतं, शेवटी त्यानं बिरबलालाच विचारलं, 'अरे बिरबल, काय झालं, माझ्या अंगाला खाज कशी सुटली?'

बिरबल चट्‌कन म्हणाला, 'तुम्ही आमच्या मातेचा अपमान केला ना म्हणून आमच्या बापानं त्याचा बदला घेतला आहे.'

त्रासलेल्या चेहऱ्यानं अकबर म्हणाला, 'बरं बाबा, मला तुझी माताही मान्य आहे आणि बापही मान्य आहे, पण आता मी काय करू?'

बिरबल म्हणाला, 'जहाँपनाह, आमची आणखी एक माता आहे, गोमाता. त्या गोमातेचं शेण तुम्ही अंगाला चोपडलं, तर तुमच्या अंगाला सुटलेली खाज निघून जाईल.'

अकबर म्हणाला, 'हे काय बोलतोस?'

'हो, याशिवाय दुसरा इलाजच नाही', असं उत्तर बिरबलानं दिलं. अकबरानं पूर्ण अंगाला गोमातेचं शेण लावलं. त्याच्या अंगावर सुटलेली खाज थांबली.

पण आता अशा स्थितीत परत राजवाड्यात कसं जावं, याचा त्याला प्रश्न पडला.

तेव्हा बिरबल म्हणाला, 'आमची अजून एक माता आहे. ती आहे गंगामाता, त्यात तुम्ही आता स्नान करू शकता.'

या कथेचं तात्पर्य एवढंच, की आपल्या संस्कृतीत मातेला सर्वश्रेष्ठ स्थान आहे. माता या संकल्पनेचा विस्तार आपल्या इथे केला आहे, तो एवढ्याचसाठी, की मनुष्य मातेला सर्वश्रेष्ठ मानतो. मातृस्वरूपानं आपण जर समाजातील प्रत्येक स्त्रीकडे पहिलं, तर समाजात महिलांवर अत्याचार होणं शक्य नाही, असं माझं ठाम मत आहे. म्हणून आजच्या काळात मातृभाव जागवण्याची, बळकट करण्याची अधिकाधिक गरज आहे.

'विश्व मांगल्य सभे'ची कधी नव्हे ती गरज आज आहे. मातृभाव जागृत करणारं, बळकट करणारं असं कार्य मी संपूर्ण देशाच्या पाठीवर कुठेही पाहिलं नाही. म्हणून मी आपल्याला अभिवादन करायला आलो आहे. हे काम केवळ तुम्हीच करू शकता. हे काम तुम्ही केलं नाही, तर देशात कुणीही करणार नाही. एवढी मोठी जबाबदारी आज तुमच्या खांद्यांवर आहे. एवढं मोठं महत्त्वाचं काम तुम्ही करीत आहात, तुमच्या कार्याला मी शुभेच्छा देतो. आपल्या सर्व कार्यकर्त्यांना त्यांच्या कामात कोणत्याही प्रकारची अडचण येऊ नये, आली तर त्यावर मात करण्याचं बळ मिळावं आणि आपला मार्ग प्रशस्त करण्याचं त्यांच्यामध्ये धैर्य निर्माण व्हावं, अशी मी साईबाबांच्या चरणी प्रार्थना करतो. साईबाबांनी आपणा सर्वांना शक्ती आणि प्रेरणा प्रदान करावी, अशी मी साईबाबांच्या चरणी पुन्हा प्रार्थना करतो. मला तुम्ही आमंत्रित केलंत, मानसन्मान दिलात, त्याबद्दल मी तुमचा अत्यंत आभारी आहे. धन्यवाद.

जय हिंद! जय महाराष्ट्र!

■

('विश्व मांगल्य सभे'च्या अमरावती येथील कार्यालयाच्या उद्घाटनप्रसंगीचे विचार. दि. २२ डिसेंबर २०१९.)

भक्तिभावानं काम करा!

जीवनातील अतिशय महत्त्वाचा प्रश्न आहे,
की तुम्ही इतरांसाठी काय करत आहात?

– मार्टिन ल्यूथर किंग, ज्यूनियर

'विश्व मांगल्य सभे'च्या अखिल भारतीय संघटक प्रमुख डॉ. वृषाली जोशी, उपस्थित सर्व पदाधिकारी मान्यवर महिला, प्रचारक, कार्यकर्ते यांना माझा नमस्कार. गेले तीन दिवस आपण काही विचारांवर मंथन आणि चिंतन करीत आहात. मातृशक्तीला वंदन करण्यासाठी आज मी आपल्यामध्ये उपस्थित आहे. आपणा सर्वांना साईबाबांचा आशीर्वाद मिळो, ही माझी साईबाबांच्या चरणी प्रार्थना आहे. साईबाबा तुम्हांला शक्ती देवोत, तुमच्या कार्यात जी काही कमतरता येईल, ती साईबाबांनी भरून काढावी, अशीदेखील साईचरणी माझी प्रार्थना आहे.

मला वाटते, महिलांमध्ये एक वेगळीच शक्ती असते. सगळ्यांना दोन डोळे असतात; पण महिलांना एक तिसरा डोळादेखील असतो. या तिसऱ्या डोळ्यामुळे त्यांना अनाकलनीय गोष्टींचंदेखील आकलन होतं. महिलांमध्ये एक सुप्त शक्ती असते.

आज आपल्या देशाची अवनत अवस्था झाल्यामुळे मातृशक्तीचा जागर आपल्याला करावा लागत आहे. मातृशक्ती हे आपलं मूल्य आहे, हिंदू संस्कृतीचं ते एक अभिन्न अंग आहे. जसं कुटुंब हे आपल्या भारतीय संस्कृतीचं मूल्य आहे. आपल्याकडे जशी कुटुंबव्यवस्था आहे, तशी परदेशांत आपल्याला पाहायला मिळत नाही. घर हे आपल्या संस्कृतीचं मूल्य आहे. तुम्ही अमेरिकेत कुणाला भेटलात, तर समोरचा माणूस तुम्हांला घरी चहाचं किंवा जेवणाचं आमंत्रण देणार नाही. ते म्हणतील, 'आपण अमुक हॉटेलमध्ये भेटू किंवा तमुक क्लबमध्ये भेटू.' चहाला किंवा जेवायला अशा प्रकारचं आमंत्रण तिथे कुणी देणार नाही. याउलट आपल्याकडे झोपडीत राहणारा माणूस जरी असला, तरी तो म्हणेल, की 'एकदा

तरी माझ्या घरी या.' घर हे आपलं एक मूल्य आहे. त्याचप्रमाणे कुटुंब हे एक मूल्य असून माता ही त्याची प्रमुख आहे. मातेला सृजनशक्ती असून सृष्टीचं सृजन हे मातेमुळे झालेलं आहे.

आजचा काळ हा विचारांच्या शक्तीचा आहे. आज शारीरिक शक्तीला जास्त मूल्य नसून विचारशक्तीला आहे. म्हणून अन्न, वस्त्र, विचार ही त्रिसूत्री मी नेहमी सांगत असतो. तुम्हांला जर कोणाची एका दिवसासाठी मदत करायची असेल, तर त्याला अन्न द्या. एखाद्याला वर्षभरासाठी आपल्याला मदत करायची असेल, तर त्याला वस्त्र द्या. पण एखाद्याला आयुष्यभरासाठी जर मदत करायची असेल, तर त्याला विचार द्या, तो विचार त्याला आयुष्यभर पुरेल. एवढं महत्त्व विचारांना आहे. आजचं जग हे विचारांचं आहे. मला आनंद आहे, की आपण एक विचार घेऊन काम करणाऱ्या महिला आहात.

कार्यकर्त्याचं जीवन मीदेखील अनुभवलेलं आहे. कार्यकर्ता म्हणून काम करीत असताना आपल्यासमोर दोनच पर्याय असतात. पहिला पर्याय आहे Do what you like म्हणजे जे काम मनापासून आवडतं, ते काम करा. अशा कामाची परिणामकारकता शतपटींनी जास्त असते. दुसरा पर्याय अपरिहार्यता आहे. 'Like what you do' म्हणजे तुम्ही जे काम करीत आहात, त्याबद्दल मनात प्रेम निर्माण करा. केवळ वेळ घालवण्यासाठी किंवा करायचं म्हणून एखादं काम केलं, की त्याची परिणामकारकता शून्य असते. असं काम केल्यास तुमचा आणि समोरच्या व्यक्तीचा वेळ वाया जाणार आणि वेळ कुणासाठी थांबत नाही. ज्या कामाची छाप आपल्याला जनामनात दिसेल, अशा प्रकारचं काम करा. म्हणून मला वाटतं, की काम करताना कार्यकर्त्यांपुढे हे दोनच पर्याय असतात.

शिर्डी संस्थानच्या अध्यक्षपदी निवड झाल्यानंतर पहिल्यांदाच धार्मिक संस्थानाशी माझा संबंध आला. मी Nuclear Scientist म्हणजेच अणुशास्त्रज्ञ आहे. मला कुठलीही गोष्ट सांगितली, तर त्याला वैज्ञानिक आधार आहे का, हे मी आधी तपासून पाहतो. तसं नसेल, तर ती गोष्ट मी स्वीकारत नाही. पण अशा अनेक गोष्टी आहेत, ज्या विज्ञानाच्या पलीकडच्या असतात, असा मला एक अनुभव आला. शिर्डीला गेल्यानंतर मला असा प्रश्न पडला, की पाणी आणि तीर्थ यात काय फरक आहे? दोघांचंही वैज्ञानिक विश्लेषण करून पाहिलं, तर पाण्यातही H_2O मिळेल आणि तीर्थातही H_2O मिळेल. याचा जेव्हा मी विचार केला, तेव्हा मला उत्तर मिळालं, की पाण्यामध्ये जेव्हा भक्ती मिसळली जाते, तेव्हा त्याचं तीर्थ तयार होतं. जेव्हा अन्नामध्ये भक्ती मिसळली जाते, तेव्हा त्याचा प्रसाद तयार होतो. जेव्हा गाण्यात भक्ती मिसळली जाते, तेव्हा त्याची आरती होते आणि जर आपण कामात भक्ती मिसळली, तर त्याची सेवा होते. ते केवळ काम राहत नाही.

कणभर सेवा ही मणभर कामाएवढी असते. म्हणूनच आपण केवळ काम न करता सेवा करायला हवी. आपल्या कामात आपण भक्ती ओतायला हवी. भक्ती ही अशी शक्ती आहे, जी आपल्या कामाचं बळ शतपटींनी वाढवते. आता कामात भक्ती ओतायची की नाही, हे आपणच ठरवतो. जे काही काम करा, ते जीव ओतून करा. भक्तीनं केलेलं काम हेच शक्ती देणारं ठरतं.

तुम्ही कार्यकर्ते आहात, कोणत्याही कार्यकर्त्यानं काम करताना त्यात भक्ती ओतायलाच हवी. त्या कामाला सेवेचं मूल्य यायला हवं. मग तुमच्या या सेवेला-देखील तीर्थाची परिणामकारकता येईल. आज देशाची परिस्थिती पाहता, तुम्ही अत्यंत महत्त्वाचं काम करीत आहात. हे काम करण्याची संधी तुम्हांला मिळाली आहे, यासाठी तुम्ही स्वत:ला भाग्यशाली मानायला हवं. भारताचं भविष्य उजळवणारी संधी तुम्हांला मिळाली आहे. हे काम देशात इतर कोणीच करीत नसून केवळ तुम्हीच करत आहात... म्हणून जर हे काम मी केलं नाही, तर कुणीच करणार नाही, असं समजायलादेखील तुम्हांला हरकत नाही. मी एकटीनं काम नाही केलं, तर काय बिघडणार आहे, असा विचार आपल्या मनात कधीही येऊ देऊ नका. अशा प्रकारे भक्तियुक्त काम आपण केलं पाहिजे.

भक्तीचं मोजमाप विज्ञानाला करता येत नाही. तुमची भक्ती १ किलो, माझी भक्ती २ किलो असा प्रकार करता येत नाही. भक्तीची काही गोळी नाही, इंजेक्शन नाही. ती आपल्या आतून आली पाहिजे. तशीच कामाची ओढदेखील आतून आली पाहिजे. हे काम मी स्वत: स्वीकारलेलं आहे आणि मला ते मनापासून

कामाची परिणामकारकता कशी वाढते ?

कार्यकर्त्याचं जीवन मीदेखील अनुभवलेलं आहे. कार्यकर्ता म्हणून काम करीत असताना आपल्यासमोर दोनच पर्याय असतात. पहिला पर्याय आहे, Do what you like म्हणजे जे काम मनापासून आवडतं ते काम करा. अशा कामाची परिणामकारकता शतपटींनी जास्त असते. दुसरा पर्याय अपरिहार्यता आहे. 'Like what you do' म्हणजे तुम्ही जे काम करीत आहात, त्याबद्दल मनात प्रेम निर्माण करा. केवळ वेळ घालवण्यासाठी किंवा करायचं, म्हणून एखादं काम केलं, की त्याची परिणामकारकता शून्य असते. असं काम केल्यास तुमचा आणि समोरच्या व्यक्तीचा वेळ वाया जाणार आणि वेळ कुणासाठी थांबत नाही. ज्या कामाची छाप आपल्याला जनामनात दिसेल, अशा प्रकारचं काम करा. म्हणून मला वाटतं, की काम करताना कार्यकर्त्यांपुढे हे दोनच पर्याय असतात.

करायचं आहे. मी जे काम करतोय, ते या काळात आवश्यक आहे. मी ते करणार आहे आणि मी ते करणार आहे म्हटल्यावर ते माझं काम होतं. मग ते तुमच्यावर लादलेली जबाबदारी किंवा इतरांचं काम होत नाही.

आपल्या इथे काम करताना मला आढळलेली गोष्ट म्हणजे कामासाठी सतत पाठपुरावा करावा लागतो. एखाद्याला काम दिलं, की ते काम केलं की नाही, याबाबत सतत विचारणा करावी लागते, आठवण करून द्यावी लागते. 'अरे मी विसरलो, मी विसरले, माझ्या लक्षातच नाही राहिलं'. हा विसरभोळेपणा आपण काढून टाकला पाहिजे. कामासाठी पाठपुराव्याची गरज भासता कामा नये. आपल्याला काम दिलं, की ते पूर्ण होणार, एवढा विश्वास कोणालाही आपल्या कामाबद्दल निर्माण व्हायला हवा. तुम्ही मला इथे बोलावून बोलण्याची संधी दिलीत. त्याबद्दल मी तुमचा अत्यंत आभारी आहे. तुमच्या कार्याला माझ्यातर्फे खूप खूप शुभेच्छा. तुम्हांला, तुमच्या कामाला भरपूर बळ मिळावं, अशी मी साईबाबांच्या चरणी प्रार्थना करतो. धन्यवाद!

■

(अमरावती येथे 'विश्व मांगल्य सभा' आयोजित पूर्ण वेळ कार्यकर्त्यांच्या अभ्यासवर्गातील विचार. दि. २२ डिसेंबर २०१९.)

माझी शिदोरी

स्वत:ला घडवण्यात आपला वेळ खर्च करा म्हणजे
इतरांना दोष द्यायला तुम्हांला वेळच मिळणार नाही.

– स्वामी विवेकानंद

'शिदोरी' या पुस्तकाच्या प्रकाशन सोहळ्याच्या प्रसंगी प्रकाशक म्हणून आपल्याला राष्ट्रीय स्वयंसेवक संघाचे सरकार्यवाह आदरणीय भैय्याजी जोशी लाभले आहेत. शिवशाहीर, इतिहासकार, पद्मविभूषण बाबासाहेब पुरंदरे; कोकण मराठी साहित्य परिषदेचे संस्थापक आणि ज्येष्ठ साहित्यिक पद्मश्री मधु मंगेश कर्णिक आणि पुस्तकाचे प्रकाशक 'राजहंस'चे संपादक आनंद हर्डीकर, प्रतापराव भोसले, सुधीर ठाकरे, पंकज डहाणे, विजय चौघुले, रमेश पतंगे या कार्यक्रमाला उपस्थित आहेत. अनेक साहित्यिक आणि समस्त हावरे परिवार, माझे हितचिंतक, मित्र परिवार इथे उपस्थित आहे. सर्व उपस्थितांचे मी आभार मानतो.

काळ आता बदलला आहे. बदलत्या काळाचा ओघ आपण ओळखला पाहिजे. माझ्या लहानपणी मी लोकांना पाहायचो, तेव्हा एखाद्याच्याच मनगटावर घड्याळ असायचं, पण प्रत्येकाकडे वेळ असायचा. आज सर्वांकडेच घड्याळ आहे, पण वेळ कोणाकडेच नाही. आता ही परिस्थिती जशी बदलली आहे, त्याचप्रमाणे लोकांच्या विचारांची परिस्थितीदेखील बदलली आहे.

मी एकदा काही कामानिमित्त चर्चगेट रेल्वे स्टेशनला गेलो होतो. तिथून हुतात्मा चौकापर्यंत चालत गेलो. त्या चौकातील रस्त्यांवर विक्रीसाठी ठेवलेल्या पुस्तकांचे मोठे ढीग मला पाहायला मिळाले. तुम्ही त्या भागात गेलात, तर अशा प्रकारे विक्रीसाठी ठेवलेली पुस्तकं तुम्हांला पाहायला मिळतील. त्या चौकातच शेजारी असलेल्या दुकानात मी डोकावून पाहिलं, तर ते चांगलं वातानुकूलित दुकान होतं. त्या दुकानात चपला आणि बूट विक्रीसाठी ठेवले होते. म्हणजे ज्या

पुस्तकांची, त्यातून मिळणाऱ्या विचारांची जागा डोक्यावर असली पाहिजे, ते पदपथावर पडले आहेत आणि पायांत जागा असणाऱ्या पादत्राणांना मात्र आपण डोक्यावर घेऊन ठेवलं आहे. म्हणूनच मी म्हणतो, की आजच्या जगात विचारांना प्रतिष्ठा मिळवून देण्याची आवश्यकता आहे.

मी आतापर्यंत जी पुस्तकं लिहिली आहेत ती किंवा ज्या पुस्तकाच्या प्रकाशनासाठी आपण इथे जमलेलो आहोत, ते पुस्तक हा विचारांना प्रतिष्ठा मिळवून देण्यासाठी माझ्याकडून करण्यात आलेला छोटासा प्रयत्न आहे, असं मी मानतो.

बाबा आमटेंचं एक वाक्य नेहमी माझ्या स्मरणात असतं. ते म्हणायचे, की 'वेद जे सांगत नाहीत, ते वेदना सांगते.' वेदना माणसाला खूप काही शिकवते, पण ही वेदना समजून घेण्यासाठी आपल्या मनातील संवेदना जागी असणं महत्त्वाचं आहे. हा कार्यक्रम म्हणजे एक विचारयात्रा आहे आणि आपण सर्वजण या विचारयात्रेतील यात्री आहोत. संवेदना-जागृतीसाठी या कार्यक्रमाची आवश्यकता आहे, असं मला वाटतं. आधी स्वतः एखादी गोष्ट करायची, मग इतरांना सल्ले द्यायचे, असा माझा स्वभाव आहे. मी जी काही पुस्तकं लिहिली, ज्या विषयांवर भाषणं केली, ती सर्व करण्याआधी मी स्वतःला एक प्रश्न नेहमी विचारतो आणि तो म्हणजे हे सर्व सांगण्याचा, लिहिण्याचा मला अधिकार आहे का? मी यातील काही अनुभव घेतला आहे का? आणि या प्रश्नाचं मनातून होकारार्थी उत्तर आलं, की मगच मी ते लिहितो किंवा त्या त्याविषयी माझं म्हणणं मांडतो.

माजी मुख्यमंत्री देवेंद्रजी फडणवीस यांनी काही वर्षांपूर्वी शिर्डी संस्थानाची जबाबदारी माझ्यावर सोपवली होती. ही जबाबदारी माझ्यावर पडण्यापूर्वी फार कमी वेळा मी शिर्डीला गेलो होतो. परिस्थिती अशी होती, की मी शिर्डीला कधी जातच नव्हतो, पण मागील चार वर्षांत परिस्थिती अशी झाली, की मी शिर्डीशिवाय इतर कुठे जात नव्हतो. शिर्डी संस्थानाची जबाबदारी माझ्यावर आली, हा मी माझ्या आयुष्यातील सर्वांत मोठा ईश्वरीय आशीर्वाद मानतो. मी साईबाबांबद्दल कधी विचार करत नव्हतो, पण गेल्या चार वर्षांत साईबाबांशिवाय दुसरा कुठला विचार मी केला नाही, माझ्या पावलांना नेहमी शिर्डीचीच ओढ लागलेली असायची. कुणाचाही फोन आला आणि कुठे आहात, अशी विचारणा झाली, की माझं एकच उत्तर असायचं, 'मी शिर्डीला आहे.'

या पुस्तकावर आनंद हर्डीकर यांच्यासारख्या ज्येष्ठ साहित्यिकाचे संपादकीय संस्कार झाले आहेत. हे मी या पुस्तकाचं भाग्य मानतो. 'राजहंस प्रकाशना'सारख्या प्रकाशनानं हे पुस्तक प्रकाशित करणं हा या पुस्तकाचा बहुमान आहे. पण हे पुस्तक छापण्याआधी माझ्या मनात अनेक शंका होत्या.

पहिली शंका म्हणजे हे पुस्तक खरंच छापायला हवं का? आपण फार मोठे

वक्ते नाही, पण माझी ही भाषणं ऐकलेल्या माझ्या अनेक मित्रांनी - विशेषत: विठ्ठल कांबळे, अमोल धर्मे, किरण शेलार यांनी - हे पुस्तक छापण्यासाठी आग्रह केला. पण तरीही जे आपण प्रकाशित करतोय, त्याला काही साहित्यिक मूल्य आहे का, हे एकदा पडताळून पाहिलं पाहिजे, असा विचार माझ्या मनात आला. म्हणून याचं हस्तलिखित तयार झाल्यावर आदरणीय बाबासाहेब पुरंदरे, मधु मंगेश कर्णिक, विजया वाड, प्रवीण दवणे यांना पाठवलं.

मला सांगताना गहिवरून येतंय, की बाबासाहेब पुरंदरे यांनी ते हस्तलिखित वाचता वाचताच मला फोन केला. ते म्हणाले, की 'हावरे साहेब, तुमचं पुस्तक मी वाचतोय, तुमची ही जी शिदोरी आहे, त्यात काही पंचपक्वान्नं नाहीत, साधी मीठ भाकरी, ठेचा असलेली ही शिदोरी आहे. ती खमंग आहे, मी ती चवीनं खातो आहे.' मधु मंगेश कर्णिक यांनी हे पुस्तक वाचल्यानंतर म्हटलं, की 'मला आनंद आहे, सगळीकडेच अंधकार झाला आहे, असं नाही, अजूनही एक तरी नंदादीप तेवतो आहे.' अशा शब्दांत या दिग्गजांनी पुस्तकाची भरभरून स्तुती केली. या पुस्तकाचं प्रवीण दवणे यांनी कौतुक केलं. विजया वाड यांनी एक मोठं पत्र लिहून प्रशंसा केली.

या सर्वांचे अभिप्राय 'शिदोरी' पुस्तकाच्या सुरुवातीला दिलेले आहेतच. आता हे पुस्तक त्या स्तुतियोग्य आहे का, हे वाचल्यानंतर तुम्ही स्वत:च ठरवावं. शिवाय या पुस्तकाला मधु मंगेश कर्णिक यांची प्रस्तावनाही लाभली आहे. पुस्तकाचं प्रकाशन भैय्याजी जोशी यांच्या हस्ते होणं हा माझ्या आयुष्यातील अलौकिक असा प्रसंग असून याचा मला विलक्षण आनंद आहे.

माझ्या आयुष्याला एक वेगळं वळण कुठल्या दिवशी लागलं किंवा माझ्या आयुष्यातील (Turning Point) टर्निंग पॉइंट कुठला, असा प्रश्न जर मला विचारला गेला, तर माझं उत्तर असेल, ज्या दिवसापासून मी राष्ट्रीय स्वयंसेवक संघाच्या शाखेत जायला लागलो, तो दिवस माझ्या आयुष्यातला टर्निंग पॉइंट आहे. मी नवव्या इयत्तेत असताना माझ्या गावातच भरणाऱ्या शाखेत जायला सुरुवात केली. तेथे कधी मी मुख्य शिक्षक झालो, हे मलादेखील कळलं नाही. मुंबईत आल्यानंतरही मी संघाचं कार्य करत राहिलो. तत्कालीन ठाणे जिल्हा म्हणजे पालघरसह ठाणे जिल्ह्याचा मी बौद्धिक प्रमुख झालो. जी काही जबाबदारी माझ्या अंगावर आली, ती स्वीकारून मी पुढे जात होतो.

मी एक शास्त्रज्ञ आहे. काही शास्त्रज्ञ मूलभूत संशोधन (Fundamental Research) करतात, काही शास्त्रज्ञ उपयुक्त संशोधन (Applied Research) करतात. या संशोधनाची अंमलबजावणी शास्त्रज्ञाला त्याच्या हयातीत पाहायला मिळणं दुर्मीळ असतं. अशा प्रकारची अंमलबजावणी होण्यासाठी १०० ते

२०० वर्षांचा कालखंड लागतो. पण माझ्या आयुष्यातील महत्त्वाच्या तीन गोष्टी मला पूर्णत्वास आल्याचं पाहायला मिळालं.

१९७८मध्ये मी भाभा अणुसंशोधन केंद्रात अणुशास्त्रज्ञ म्हणून रुजू झालो. मला पहिलं काम मिळालं होतं, अणुपाणबुडीचं (Nuclear Submarine). काम मूलभूत संशोधनाचं होतं. त्यात व्यावहारिक उपयोगाचादेखील (Practical Application) समावेश होता. भाभा अणुसंशोधन केंद्रात पहिली पाच ते सहा वर्षं या विषयावरच काम करत होतो. या कालावधीत या विषयावर अनेक शोध-निबंध, संशोधनात्मक लेख प्रसिद्ध झाले.

यानंतर मी विविध विषयांवर काम केलं. पुढे मी तेथून निवृत्त झालो. बांधकाम क्षेत्रात व्यवसाय सुरू केला. मला नेहमी प्रश्न पडायचा, की शास्त्रज्ञ म्हणून आपण केलेल्या कामाचं पुढे काय झालं? त्याचा काही व्यवहार्य उपयोग झाला का? मला हे सांगताना आनंद होतोय, की २६ जुलै २०१६ रोजी भारतीय नौदलामध्ये पहिली अणुपाणबुडी रुजू झाली म्हणजे तिचा व्यवहार्य उपयोग झाला. त्या पाणबुडीमध्ये मला माझं उपयोजित संशोधन (Applied Research) पाहायला मिळालं.

सामाजिक क्षेत्रात कार्यरत असताना संघाचा स्वयंसेवक म्हणून दोन मोठ्या घडामोडींमध्ये मी सहभागी होतो. ३७० कलम रद्द झालं पाहिजे यासाठी सभा, संमेलने अशा प्रकारच्या विविध कार्यक्रमांमध्ये कित्येक वर्ष मी सहभागी होतो. लोकसभेत व राज्यसभेत ५ ऑगस्ट २०१९ रोजी तशा आशयाचा ठराव पारित झाला व राष्ट्रपती रामनाथ कोविंद यांनी कलम ३७० घटनेतून रद्द करण्यात आल्याच्या केंद्र सरकारच्या प्रस्तावावर शिक्कामोर्तब केले. मी सहभागी असलेले एक काम माझ्या हयातीतच पार पडल्याचा तो दुसरा प्रसंग होता.

१९९०मध्ये मी अयोध्येला कारसेवेसाठी गेलो होतो. अनेकांना कारसेवेसाठी अयोध्येला जाण्याची इच्छा होती; पण सर्वांनाच तिथं पोहोचता आलं नाही. शरयूच्या तीरावर जो संघर्ष झाला होता, त्या संघर्षात मी सहभागी होतो. त्याचा सविस्तर तपशील मी काही इथे मांडत नाही. पण ९ नोव्हेंबर २०१९ रोजी सर्वोच्च न्यायालयानं राममंदिर त्याच ठिकाणी उभारलं जाणार असल्याचा निर्णय जेव्हा जाहीर केला, तेव्हा मला झालेला आनंद मी शब्दांत व्यक्त करू शकणार नाही. ज्या गोष्टीसाठी संघर्ष केला, त्या गोष्टीची माझ्या हयातीतच यशस्वी पूर्तता झाल्याचा हा तिसरा प्रसंग होता.

हा प्रवास असाच पुढे सुरू राहावा, यासाठी माझ्या पुढील अभ्यासाचे विषय मी निवडून ठेवले आहेत. त्यांतील पहिला विषय म्हणजे मंदिर-व्यवस्थापन (Temple Management). गेल्या काही वर्षांमध्ये मंदिर-व्यवस्थापनाच्या प्रक्रियेच्या

परिचयात मी आलो. आपल्या देशात साडेसहा लाख गावं आहेत. २० लाखांच्या आसपास शाळा आणि गावं आहेत. आपल्या देशात मंदिरांची संख्या ३० लाखांच्या आसपास आहे. म्हणजे आपल्या देशात शाळा-महाविद्यालयांपेक्षा मंदिरांची संख्या अधिक आहे. या मंदिरांमध्ये मोठ्या प्रमाणात आर्थिक उलाढाल होते. यातून मोठ्या प्रमाणात रोजगारनिर्मिती होऊ शकते.

पण यात दोन सर्वांत मोठे अडथळे म्हणजे हे क्षेत्र असंघटित आहे आणि या क्षेत्रात अनुशासनाचा अभाव आहे. विद्यापीठात ज्याप्रमाणे विपणन व्यवस्थापन, आर्थिक व्यवस्थापन शिकवलं जातं, तसेच मंदिरव्यवस्थापन हेसुद्धा शिकवलं गेलं पाहिजे. असं झाल्यास अनेक उद्योग, व्यवसाय यातून निर्माण होतील. रोजगारनिर्मितीच्या संभावना मोठ्या प्रमाणात वाढतील. या क्षेत्राला संघटित स्वरूप प्राप्त होईल.

जीवन हे खूप साधं आणि सोपं आहे

आपलं जीवन हे खूप साधं आणि सोपं आहे, पण आपण त्याला खूप गुंतागुंतीचं करून ठेवतो. मग आपल्यालाच यातून निर्माण होणारा त्रास सहन करावा लागतो. म्हणून माझा असा सल्ला आहे, की जीवन हे मोकळेपणानं जगलं पाहिजे. आपलं आयुष्य तळहातावरील वाळूसारखं आहे. आपण मूठ आवळून वाळू हातात धरून ठेवण्याचा प्रयत्न केला, तर ती वाळू बोटांच्यामधून निसटू लागते, मग मूठ उघडून पाहिल्यावर कळतं, की हातात काहीच वाळू उरली नाही. अशाच प्रकारे जीवन जगण्यावर जास्त बंधनं आणू पाहिली, तर त्रास होईल, आयुष्यात प्रत्येक गोष्ट ताणून धरू नका. स्वत: मोकळा श्वास घ्या आणि इतरांनाही घेऊ द्या.

या मुद्द्याचं संभाव्य महत्त्व अधोरेखित करण्यासाठी मी या विषयावर एक पुस्तक लिहायला सुरुवात केली आहे. याबाबत माझी अमरावती विद्यापीठाचे कुलगुरू आणि पुणे विद्यापीठाचे कुलगुरू यांच्याशी चर्चा झाली आहे. माझी ही कल्पना दोघांनाही आवडली. त्यांनी म्हटलं, की 'तुम्ही आम्हांला अभ्यासक्रम तयार करून द्या, आम्ही आमच्या विद्यापीठात तो लागू करतो.' हा एक सकारात्मक संकेत असून अत्यंत आनंदाची बाब आहे.

घनकचरा व्यवस्थापन हा दुसरा विषय मी माझ्या अभ्यासासाठी निवडला आहे. नवी मुंबईत रोज ७०० टन कचरा निर्माण होतो. मुंबई शहरात दररोज ७ हजार टन कचरा निर्माण होतो. म्हणजे देशभरात दररोज लाखो टन कचरा निर्माण होतो. या कचऱ्याची विल्हेवाट लावणं ही एक मोठी समस्या आहे. या

कचऱ्यामुळे आग लागण्याच्या घटना किंवा हिंसाचार, आंदोलनाच्या घटना कधी होतील, काही सांगता येत नाही. या समस्येवर राजकीय आणि प्रशासकीय या दोन मार्गांनी तोडगा काढला जातो.

पण मला वाटतं, या समस्येवर तंत्रज्ञानाच्या मार्गातून उपाय शोधला पाहिजे. गेली तीन-चार वर्षं मी या समस्येचा अभ्यास करीत आहे. अभ्यासातून मी अशा निष्कर्षावर पोहोचलोय, की कचरा ही संपत्ती आहे. याचं फायदेशीर व्यवसायात रूपांतर केलं जाऊ शकतं. (It can be converted into a profitable business.) जेव्हा हा एक फायदेशीर व्यवसाय होईल, तेव्हा तुम्हांला कचरा पाहायलासुद्धा मिळणार नाही. लोक धावत येऊन तुमच्या घरासमोरचा कचरा घेऊन जातील, अशी परिस्थिती निर्माण होईल.

मी काही दिवसांपूर्वी स्वीडनला गेलो होतो. त्या देशात निर्माण होणाऱ्या १०० टक्के कचऱ्याचं व्यवपस्थापन केलं जातं. कचऱ्यावर ही प्रक्रिया करण्यासाठी त्यांच्याकडे मोठमोठे प्रकल्प आहेत. त्यातून वीजनिर्मिती होते. एका वर्षी त्यांच्याकडे प्रक्रिया करण्यासाठी कचरा कमी पडू लागला, तेव्हा आपले प्रकल्प सुरू राहावेत, यासाठी त्यांनी शेजारी राष्ट्रांकडून कचऱ्याची आयात केली. जे स्वीडनमध्ये घडतंय, ते भारतातही घडू शकतं. यासाठी मी गोवा, वाराणसी, सोलापूर येथील प्रकल्पांना भेट दिली. या प्रकल्पांमध्ये वापरलं जाणारं तंत्रज्ञान पाहिलं. याबाबत एक पुस्तक लिहिण्यास मी सुरुवात केली आहे. तर असा हा माझा प्रवास आहे. माझ्या या भाषणाचा शेवट मी एका प्रयोगानं करू इच्छितो. मी विज्ञानाचा विद्यार्थी असल्यामुळे प्रयोग केला, की माझ्या मनाला समाधान मिळतं. प्रयोगातून समजलेली गोष्ट ही दीर्घकाळ आपल्या स्मरणात राहते.

आपलं जीवन हे खूप साधं आणि सोपं आहे, पण आपण त्याला खूप गुंतागुंतीचं करून ठेवतो. मग आपल्यालाच यातून निर्माण होणारा त्रास सहन करावा लागतो. म्हणून माझा असा सल्ला आहे, की जीवन हे मोकळेपणानं जगलं पाहिजे. आपलं आयुष्य तळहातावरील वाळूसारखं आहे. आपण मूठ आवळून वाळू हातात धरून ठेवण्याचा प्रयत्न केला, तर ती वाळू बोटांच्यामधून निसटू लागते, मग मूठ उघडून पाहिल्यावर कळतं, की हातात काहीच वाळू उरली नाही. अशाच प्रकारे जीवन जगण्यावर जास्त बंधनं आणू पाहिली, तर त्रास होईल. आयुष्यात प्रत्येक गोष्ट ताणून धरू नका. स्वत: मोकळा श्वास घ्या आणि इतरांनाही घेऊ द्या.

आपण या पुस्तक प्रकाशनाच्या कार्यक्रमाला उपस्थित राहून या विचारयात्रेत सामील झालात, तुमचं प्रेम व्यक्त केलं. विशेषत: मधु भाई, बाबासाहेब पुरंदरे, आनंद हर्डीकर आणि भैय्याजी जोशी यांचे मी आभार मानतो. रामजन्मभूमीबाबत

निकाल लागलेला असल्यानं भैय्याजी कार्यक्रमाला उपस्थित राहू शकतील की नाही, याबाबत मला शंका होती. पण भैय्याजींनी ठरवलं होतं, की ते कार्यक्रमाला नक्की येणार आणि त्यांनी ठरवल्यानुसार ते कार्यक्रमाला हजर राहिले, याचा मला आनंद आहे. इथे जमलेल्या सर्व मान्यवरांच्या उपस्थितीमुळे मला अत्यंत आनंद झाला आहे. आजचा हा दिवस माझ्यासाठी अविस्मरणीय दिवस आहे.

जय हिंद! जय महाराष्ट्र!

■

('शिदोरी' पुस्तकाच्या प्रकाशन कार्यक्रमादरम्यान मांडलेले विचार,
दि. १२ नोव्हेंबर २०१९.)

गांधी समजून घेताना...

तोडफोड, राष्ट्रीय संपत्तीचं नुकसान, रास्ता रोको यासारख्या कृतींना लोकशाहीत काहीही स्थान नाही. जो अशा कृतींना प्रोत्साहन देतो, त्याला लोकशाहीबद्दल बोलण्याचा काहीही अधिकार नाही.

आपण माणुसकीवरील विश्वास गमावू नका, कारण मानवता म्हणजे समुद्रासारखी आहे. जर समुद्राचे काही थेंब दूषित असतील, तर संपूर्ण समुद्र दूषित होणार नाही.

– महात्मा गांधी

हिंदुस्थान प्रकाशन संस्थेचे अध्यक्ष, माझे मित्र, सहकारी आणि मार्गदर्शक रमेश पतंगे, ज्ञानप्रसारक संस्थेचे अध्यक्ष बाळासाहेब म्हात्रे, डॉ. मिलिंद शेजवळ, महाराष्ट्र राज्यातील भटके जमाती महासंघाचे प्रदेशाध्यक्ष भरतकुमार तंबिले, समरसता मंच प्रमुख विक्रोळी विभाग मदनमोहन खुशवा, डॉ. आशाताई पाटील, रवींद्र गोळे आणि उपस्थित सर्व मान्यवर बंधुभगिनींनो.

मित्रहो, मी विज्ञानाचा विद्यार्थी होतो. शेकडो परिषदा, परिसंवाद, कार्यशाळांना मी उपस्थित राहिलो आहे, विविध अधिवेशनांमध्ये मी गेलेलो आहे. माझ्या असं लक्षात आलं आहे, की प्रत्येक माणसाची एक जमेची बाजू (Strong Point) असते आणि तीच त्याच्यातील कमजोरीदेखील (Weak Point) असते.

एक विद्यार्थी होता. त्याला परीक्षेची तयारी करायची होती. परीक्षेत निबंधलेखनाचा एक प्रश्न होता. निबंधलेखनाला गुण जास्त असल्यानं त्या विद्यार्थ्याला तो प्रश्न सोडून चालणार नव्हतं. त्याला निबंध तर लिहायचा होता, पण त्याला केवळ गायीचा निबंधच येत होता. इतर कोणताही निबंध त्याला येत नव्हता. शिक्षकांनी त्याला समजावलं, की 'तुला केवळ एकाच विषयावरील निबंधाची तयारी करून चालणार नाही, तुला इतर विषयांवरही निबंध लिहिता आला पाहिजे.' पण हा

विद्यार्थी इतक्या तल्लख बुद्धीचा होता, त्याला माहीत होतं, की परीक्षेत गायीचाच निबंध येणार. त्यामुळे इतर कोणत्याही निबंधाची तयारी करण्याची आपल्याला आवश्यकता नाही, असं त्याचं ठाम मत होतं. परीक्षेला गेल्यावर प्रश्नपत्रिका वाचल्यावर 'रेल्वेप्रवास' हा विषय निबंधासाठी देण्यात आला होता. निराळाच विषय आल्याचं पाहून त्या विद्यार्थ्याची पंचाईत झाली. तो अस्वस्थ झाला, आता काय करावं? आपल्याला तर एकच निबंध येतो, असे विचार त्याच्या डोक्यात येऊ लागले. त्याची बुद्धी तल्लख होती, त्याच्या बुद्धीनं त्याला सांगितलं, की 'लिहायला सुरुवात कर!' आणि त्यानं निबंध लिहायला सुरुवात केली.

'रेल्वेने मला प्रवास करावयाचा असल्याने मी रेल्वे स्थानकावर गेलो. रेल्वे गाडीत बसलो. गाडी सुरू झाली, काही वेळातच शहर मागे पडलं. खिडकीतून ग्रामीण भाग दिसू लागला होता. त्याचवेळी मला बाहेर एक गाय दिसली...'

निबंधात गायीचा उल्लेख केल्यावर या विद्यार्थ्याची जमेची बाजू सुरू झाली. गाय कशी असते? गायीला चार पाय असतात. गाय दूध देते, गायीला दोन शिंगं असतात. गायीला एक शेपूट असतं. अशा प्रकारे त्यानं गायीचा निबंध लिहून टाकला. त्याची परीक्षा संपली.

मी अनेक परिसंवादांमध्ये उपस्थित राहिलो आहे, या सभांमधील वक्त्यांची-देखील एक जमेची बाजू असते, तीच त्यांची कमजोरीदेखील असते. हे वक्ते-देखील त्या विद्यार्थ्याप्रमाणे आपला 'गायीचा निबंध' सांगत असतात. त्या गायीच्या

अपमानातून सकारात्मक बळ घ्या !

अपमानाचा एक क्षण जमशेदजी टाटा यांच्या जीवनामध्ये आला होता. टाटा यांना एका पंचतारांकित हॉटेलमध्ये जाण्याचा योग आला होता. त्या हॉटेलमध्ये जाताना त्यांना तिथे काही लोकांनी अडवलं. त्या हॉटेलबाहेर एक पाटी लावली होती, 'भारतीयांना आणि श्वानांना प्रवेश नाही.' (Indians And Dogs Are Not Allowed) त्यांना ती पाटी दाखवली. हॉटेल भारतात होतं, पण गौरवर्णीयांचं होतं म्हणून भारतीयांना प्रवेश निषिद्ध होता. तेव्हा टाटा यांनी एक शपथ घेतली, की मी स्वत: असं हॉटेल उभं करीन, ज्यात गौरवर्णीय येऊन राहतील. टाटा यांनी देशभरात ताज हॉटेल्स सुरू केली. मित्रहो, संकल्प हा असा असतो. आयुष्यात प्रत्येकाचा अपमान होतो. अपमान झाला नाही, असा मनुष्य जगात नाही, पण जिव्हारी लागलेल्या अपमानातून सकारात्मक बळ घेऊन त्यातून काहीतरी निर्मिती करणाऱ्यांनाच महापुरुष म्हटलं जातं.

निबंधावरच अनेक लोक अशा परिषदा निभावून नेतात. तुमच्या डोक्याला जरा हलकं करण्यासाठी ही मजेशीर गोष्ट मांडली आहे इतकंच!

माझ्यातही गुणदोष आहेत. मी फार मोठा अभ्यासक आहे, अशातला काही भाग नाही. एखाद्या ठिकाणावरून चांगलं घ्यायचं आणि ते लोकांसमोर मांडायचं, असं मी करीत असतो. रमेशजींनी अनेकदा आमची बौद्धिकं घेतली आहेत, त्यांची आम्ही भाषणं ऐकली आहेत. त्यांची पुस्तकं, त्यांचं लेख एवढे वाचले आहेत, की त्यामुळे रमेशजी आता काय सांगतील, ते आम्हांलाही कळायला लागलं आहे.

जगद्‌विख्यात सैद्धान्तिक भौतिक शास्त्रज्ञ अल्बर्ट आइन्स्टाइननं जेव्हा सापेक्षतावादाचा सिद्धांत (Theory of Relativity) मांडला, तेव्हा तो सिद्धांत लोकांना समजावण्यासाठी त्याकाळी तो ठिकठिकाणी फिरत होता. अशा वेळी आइन्स्टाइन आणि त्याचा वाहनचालक जायचे. आइन्स्टाइन जेव्हा लोकांसमोर हा सिद्धान्त मांडायचा, तेव्हा त्याचा चालकदेखील लोकांच्या मागे बसून ते व्याख्यान ऐकायचा.

एकदा एका नव्या शहरात आइन्स्टाइनचं सापेक्षतावादाच्या सिद्धान्तावर व्याख्यान होतं. तिथे जात असताना आइन्स्टाइनचा चालक त्याला म्हणाला, 'तुम्ही सांगत असलेला सिद्धांत माझा तोंडपाठ झाला आहे. तुम्हांला या शहरात कुणी ओळखत- देखील नाही, तर आपण असं करू की, या शहरातील लोकांसमोर सापेक्षतावादाचा सिद्धांत मी मांडतो आणि तुम्ही व्याख्यानाच्या वेळी चालक म्हणून मागे बसून राहा.'

आइन्स्टाइनला या कल्पनेची गंमत वाटली. त्यानंदेखील होकार दिला. त्या दोघांनी गावात प्रवेश केला. आइन्स्टाइन गाडी चालवत होता आणि त्याचा चालक मागे बसला होता. स्वाभाविकपणे आइन्स्टाइन समजून लोकांनी सभास्थानी चालकाचंच स्वागत केलं. त्याला विषय मांडण्यासाठी विनंती करण्यात आली. विषय पाठ असल्यानं त्यानं तो उत्तमरीत्या मांडला.

भाषणानंतर प्रश्नोत्तरांचा तास सुरू झाला. सुरुवातीला आलेल्या सोप्या सोप्या प्रश्नांची उत्तरं त्यानं सहजरित्या दिली. त्यानंतर एक कठीण प्रश्न आला, त्याचं उत्तर त्याला देता येत नव्हतं. आता काय करावं, असा विचार तो चालक करू लागला. पण तो चालक कोणी साधासुधा असामी नव्हता. तोसुद्धा आइन्स्टाइनचा चालक होता. त्यानं एक युक्ती लढवली. तो म्हणाला, 'अरे, हा तर अत्यंत साधा प्रश्न आहे, याचं उत्तर तर माझा चालकदेखील देऊ शकतो'. त्यानंतर त्यानं चालक म्हणून मागे बसलेल्या आइन्स्टाइनला समोर बोलावलं. अर्थातच आइन्स्टाइननं त्या प्रश्नाचं उत्तर दिलं. (ही एक प्रचलित कथा आहे.)

वरील कथा सांगण्याचं तात्पर्य एवढंच आहे, की मी नेहमी चालकाच्या भूमिकेत राहिलो आहे. आमचे 'आइन्स्टाइन' रमेश पतंगे आहेत. अनेक वर्षांपासून मी रमेश पतंगेजी यांना ओळखतो. ते आमचे ज्येष्ठ अधिकारी राहिले आहेत. मुंबई महानगरात जेव्हा मी आलो, तेव्हा संघाकडून एका नगराच्या कार्यवाह-पदाची जबाबदारी मला देण्यात आली होती. रमेशजी महानगराच्या महाविद्यालयांचे विद्यार्थी प्रमुख होते. तेव्हापासून म्हणजे गेल्या ४०-४२ वर्षांपासूनचा आमचा संबंध आहे.

रमेशजींच्या कित्येक सभा, भाषणं आणि बौद्धिकांमध्ये मी सहभागी झालो आहे. माझं असं मत आहे, की रमेशजी एक उत्तम अभ्यासक व्यक्ती आहेत. त्यांचा अभ्यास दांडगा आहे, वाचन तुफान आहे. एवढंच नाही तर त्यांच्या वाचनाची गतीदेखील जास्त आहे. त्यांच्याशी आपण चर्चा करण्यासाठी गेलो, तर चर्चा इतकी अर्थपूर्ण होते, की आपण समाधानी होतो. ते एक उत्तम संवादकदेखील आहेत. ते उत्तम वक्ते आहेत, ते एकदा बोलायला लागले, की ऐकत राहावंसं वाटतं. पण माझ्या मते त्यांच्या या सर्व गुणांमध्ये सर्वोत्तम गुण हा लेखनाचा आहे. ते उत्तम लेखक आहेत. एखाद्या अडाण्यालादेखील समजेल अशा साध्यासोप्या भाषेत लिहिण्याची हातोटी या माणसाकडे आहे. त्यांनी लिखाण करत राहावं, असं मला वाटतं. लिखाणाचा प्रसार जनामनात वाणीहून अधिक गतीनं होतो. ते अधिक लोकांपर्यंत पोहोचतं, समाजात पसरतं. त्यांनी ६०हून अधिक पुस्तकं लिहिली आहेत. मला वाटतं, काही वर्षांतच पुस्तकांची शंभरीदेखील ते गाठतील. लवकरात लवकर शंभर पुस्तकं पूर्ण करा, अशा शुभेच्छा मी त्यांना देतो.

'गांधी समजून घेताना' या त्यांच्या पुस्तकाचं प्रकाशन आपण आज मोठ्या थाटात केलं आहे. हा त्यांचा एक स्वाध्यायाचा विषय होता. गांधी समजून घेण्याचा प्रामाणिक प्रयत्न ते करीत होते. जे काही त्यांनी समजून घेतलं, ते त्यांनी या पुस्तकात मांडलं. पण पुस्तक वाचताना त्यांच्यातील संघ स्वयंसेवक सतत जागृत असल्याचं जाणवतं. कुठलंही पुस्तक एक व्यक्ती म्हणून ते वाचतातच, पण एक संघ स्वयंसेवक म्हणूनदेखील ते पुस्तक वाचतात. त्याचबरोबर इतर संघ स्वयंसेवकांना यातील जे उपयोगी आहे, ते संग्राह्य करतात. केवळ वाचून ते थांबत नाहीत, तर माझ्या स्वयंसेवक बांधवांना ते कळलं पाहिजे, यासाठी ते लेखनसुद्धा करतात. त्यांची बहुतांश पुस्तकं ही हिंदुस्थान प्रकाशन संस्थेनं प्रकाशित केली आहेत. त्यांनी आता इतरही प्रकाशकांचा विचार करायला हरकत नाही, अशी माझी त्यांना विनंती आहे. आपला समाज मोठा आहे. हिंदुस्थान प्रकाशन संस्थेचा व्याप मोठा झाला असला, तरी ही संस्था एका मर्यादेत आहे. काही

दिवसांपूर्वी मला रवींद्र गोळे आणि शीतल खोत यांनी सांगितलं, की 'आम्ही गूगलवर जातोय, आमच्या पुस्तकांची विक्री ॲमेझॉनवर होत आहे.' हे ऐकून मला आनंद झाला. रमेश पतंगे यांचे विचार, त्यांची झेप ही केवळ हिंदुस्थान प्रकाशन संस्थेपुरती मर्यादित होऊ नये, असं मला वाटतं आहे. त्यांचा विचार दैनिक, साप्ताहिक, मासिक यापलीकडे गेला पाहिजे आणि समाजामध्ये तो पसरला पाहिजे, एवढं त्याचं मूल्य आहे, म्हणून मला हे नमूद करावं, असं वाटतं.

गांधी समजूत घेताना त्यांनी एक गोष्ट मांडली आहे, की गांधी ही केवळ व्यक्ती नसून हा एक विचार आहे. हा विचार आपण समजून घेतला पाहिजे. विचार कधीच मरत नाही. गांधींना तुम्ही मारू शकाल, गांधींच्या विचाराला तुम्ही मारू शकत नाही. 'गांधी एक विचार आहे', असं समजून हे पुस्तक वाचण्याची गरज आहे. हे पुस्तक म्हणजे गांधीजींचं चरित्र नाही, हे रमेशजींनी आधीच स्पष्ट केलंय. गांधीजींवर हे काही भाष्य नाही. 'गांधींना समजून घेण्याचा प्रयत्न मी या पुस्तकातून मांडलेला आहे', असं त्यांनी म्हटलं आहे. हे अतिशय चांगलं पुस्तक आहे, असं माझं मत आहे. मी प्रकाशन केलंय म्हणून या पुस्तकाला मी चांगलं म्हणत नसून खरंच हे एक मौलिक पुस्तक आहे. पुस्तकाची भाषा साधीसोपी आहे. सहज समजेल असं लिखाण आहे. मी मुद्दाम पुस्तकात जोडाक्षरं किती आहेत, हे पाहिलं, तर कमीत कमी जोडाक्षरं असलेलं हे पुस्तक आहे. पुस्तकात मोठमोठे शब्द आणि गुंतागुंतीची वाक्यं असली, की आपल्याला लेखक फार प्रभावी वाटतो. एखाद्या वक्त्याचं भाषण समजलं नाही, डोक्यावरून गेलं, की वाटतं, अरे वाऽ छान, काय बोलला! अशी प्रशंसा केली जाते. वाचलेलं पुस्तक डोक्यावरून गेलं, की हा लेखक किती मोठा आहे, असं बोललं जातं. अशा प्रकारची भाषा या पुस्तकात नसून सर्वांना समजेल अशी भाषा या पुस्तकाची आहे.

गांधीजींची जडणघडण साध्या सोप्या गोष्टींमधून त्यांनी मांडली आहे. गांधीजी वकील झाले. वकील झाल्यानंतर ते इथे ज्या संस्थेत काम करीत होते, तिचा एक खटला दक्षिण आफ्रिकेत सुरू होता. त्या खटल्यासाठी ते दक्षिण आफ्रिकेत गेले. तेथे ते असे अडकले, की एक-दोन वर्षं नाही तर तब्बल २१ वर्षं ते दक्षिण आफ्रिकेत होते. दक्षिण आफ्रिकेत त्यांना अनेकदा अपमानाचा सामना करावा लागला. अपमानाचा पहिला प्रसंग म्हणजे डर्बन येथून गांधीजी आगगाडीमध्ये बसले होते. त्यांच्या कंपनीनं त्यांना आगगाडीचं पहिल्या वर्गाचं तिकीट दिलं होतं. पहिल्या वर्गाचं तिकीट असलं, तरी पहिल्या वर्गातून केवळ गौरवर्णीयांनाच प्रवास करण्याची मुभा होती. कृष्णवर्णीय किंवा भारतीय या डब्यातून प्रवास करू

शकत नाही, म्हणून पिटरमारिट्झबर्ग नावाच्या स्थानकावर गाडीच्या बाहेर सामानासकट गांधीजींना फेकून देण्यात आलं. हा अपमान त्यांना अत्यंत जिव्हारी लागला. 'जसं मला या इंग्रजानं गाडी बाहेर फेकून दिलं, तसंच या इंग्रजांना मी भारताच्या बाहेर फेकून देईन', अशी शपथ त्यांनी त्या अपमानाच्या क्षणीच घेतली असेल, असं मला वाटतं. केवळ एवढंच नाही, ज्या रात्री त्यांना गाडीबाहेर फेकून देण्यात आलं, ती रात्र थंडीची होती. रात्रभर ते त्या स्टेशनवर राहिले. ती रात्र त्यांनी कशी व्यतीत केली असेल, याचा आपण केवळ विचारच केलेला बरा.

अपमानाचा दुसरा प्रसंग म्हणजे न्यायालयात गांधीजी एकदा पारंपरिक गुजराती टोप घालून बसले होते. न्यायालयात इतर लोक होते, त्यांनी हॅट वगैरे डोक्यावर चढवल्या होत्या. गांधींच्या पोषाखातलं वेगळेपण न्यायाधीशांच्या लक्षात आलं. त्यांनी गांधींना 'टोप काढून बसा, अन्यथा तुमच्यावर कारवाई केली जाईल', अशी ताकीद दिली. तेव्हा गांधीजी म्हणाले, 'हा टोप जो मी घातला आहे, तो माझा पारंपरिक वेष असून तो आमचा मानसन्मान आहे. हा टोप आमचा अभिमान, आमचं सर्वस्व आहे. हा टोप काढणं हा माझ्यासाठी अपमान आहे. टोपी घालून बसण्यास मला मनाई असेल, तर मी या न्यायालयात बसणार नाही.' असं म्हणून ते तडकाफडकी न्यायालयातून निघून गेले. आयुष्यात अनेक अपमान झाले. पण त्या अपमानाचा या माणसानं सकारात्मकरित्या प्रतिकार केल्याचं आपल्याला दिसतं आहे.

असाच एक क्षण जमशेदजी टाटा यांच्या जीवनामध्ये आला होता. टाटा यांना एका पंचतारांकित हॉटेलमध्ये जाण्याचा योग आला होता. त्या हॉटेलमध्ये जाताना त्यांना तिथे काही लोकांनी अडवलं. त्या हॉटेलबाहेर एक पाटी लावली होती, 'भारतीयांना आणि श्वानांना प्रवेश नाही.' (Indians And Dogs Are Not Allowed) त्यांना ती पाटी दाखवली. हॉटेल भारतात होतं, पण गौरवर्णीयांचं होतं म्हणून भारतीयांना प्रवेश निषिद्ध होता. तेव्हा टाटा यांनी एक शपथ घेतली, की मी स्वत: असं हॉटेल उभं करणार, ज्यात गौरवर्णीय येऊन राहतील. टाटा यांनी देशभरात ताज हॉटेल्स सुरू केली. मित्रहो, संकल्प हा असा असतो. या आयुष्यात प्रत्येकाचा अपमान होतो. अपमान झाला नाही, असा मनुष्य जगात नाही, पण जिव्हारी लागलेल्या अपमानातून सकारात्मक बळ घेऊन त्यातून काहीतरी निर्मिती करणाऱ्यांनाच महापुरुष म्हटलं जातं.

गांधीजी एकदा तिकीट काढून घोडागाडीत बसले होते. पण केवळ गौरवर्णीयांच्या आसनावर बसले असल्यानं एका गोऱ्यानं त्यांना त्या आसनावरून उठवत वाहकाच्या बसण्याच्या ठिकाणी बसायला सांगितलं. तिथे वाहकानंही त्या आसनावरून त्यांना उठवत 'माझ्या पायाशी असणाऱ्या जागेवर तू बस', असं सांगितलं.

शेवटी तेथे ते बसले, परंतु एकदाही त्यांच्या मनात समोरच्याच्या दोन थोबाडीत मारून द्याव्यात, असा विचार आला नाही. हिंसेचा मार्ग त्यांनी कधी स्वीकारला नाही. आफ्रिकेमध्ये गेले, तेव्हा त्यांचं वय केवळ २४ वर्षं होतं. अपमान झाल्यावर एखाद्या तरुणाची प्रतिक्रिया काय असते, हे चित्र जरा आपण आपल्या डोळ्यांसमोर आणून पाहा. पण हा पंचविशीतला तरुण गाडीमधून फेकला गेला, तरी त्यानं प्रतिकार केला नाही, हिंसेचा आधार घेतला नाही. आयुष्यामध्ये अनेक अपमान झाले, पण कधीही हिंसेचा मार्ग स्वीकारला नाही. या पुस्तकामध्ये गांधीजींची बलस्थानं काय आहेत? भारतीय असण्याची जी मूल्यं आहेत, हिंदू जीवनपद्धतीमधील जी तत्त्वं आहेत, ती त्यांनी स्वीकारली होती. गांधीजी हे काही कर्मकांड करणारे हिंदू नव्हते. मंदिरात जाऊन पोथीपठण, मंत्रोच्चार करणारे हिंदू ते नव्हते. पण हिंदू जीवनपद्धतीमधील नैतिक मूल्यांची जपणूक करणारा हा माणूस होता. यातील काही मूल्यं मुद्दामहून मी आपल्यासमोर मांडू इच्छितो. त्यातील एक म्हणजे साधी राहणी, उपभोगावर नियंत्रण, संयमाचं पालन, साधन शुचिता, साध्य-साधन-विवेक, स्वदेशी, ग्रामस्वराज्य, प्रत्येक हाताला काम, श्रमप्रतिष्ठा, नैतिक शिक्षणाचा आग्रह, गोप्रेम, इत्यादि.

मित्रहो, ही सर्व मूल्यं आपल्या हिंदू धर्मात सांगितली आहेत. ही मूल्यं तो माणूस आयुष्यभर जपत होता. म्हणून लेखकांनी त्यांना हिंदू जीवनपद्धती जगत असलेला माणूस असं म्हटलं आहे. त्यांनी मांडलेल्या काही गोष्टी मला खूप आवडल्या. त्यातील एक म्हणजे भगवद्‌गीता आणि उपनिषदांचा महात्मा गांधीजींच्या आयुष्यावर खूप मोठा प्रभाव होता. त्याचं वर्णन वाचनीय आहे.

अनेक महापुरुषांचा प्रभाव त्यांच्या आयुष्यावर होता. हे महापुरुष त्यांच्या जीवनात आले कसे? कुणी एखादं पुस्तक दिलं, त्यातून आले. कुणाचं वक्तव्य ऐकलं, व्याख्यान ऐकलं, त्यातून आले. असे तीन महापुरुष या पुस्तकातून आपल्या भेटीला येतात. एक आहे थोरो, दुसरा टॉल्स्टॉय आणि तिसरा रस्किन. मित्रहो, एक प्रकरण यावर दिलेलं असून ते वाचण्यासारखं आहे. जसा महापुरुषांच्या जीवनाचा परिणाम महात्मा गांधी यांच्यावर झाला, तसा महात्मा गांधी यांच्या जीवनाचा परिणामदेखील अनेकांच्या आयुष्यावर झाला. यातील काही जण त्यांच्या देशातील महापुरुष म्हणून नावारूपास आले. याची उदाहरणं या पुस्तकात दिलेली आहेत.

मार्टिन ल्यूथर किंग हे अमेरिकी कृष्णवर्णीय होते. अमेरिकेतील कृष्णवर्णीयांवर होत असलेल्या अन्यायाचा प्रतिकार त्यांनी आयुष्यभर केला. अमेरिकन गांधी म्हणून तिथे ते वावरले. ऑंग सान सू क्यी ही ब्रह्मदेशातील महिला, त्या नंतर ब्रह्मदेशाच्या अध्यक्षपदी पोहोचल्या. त्यांच्या जीवनावर महात्मा गांधींच्या तत्त्वांचा

प्रभाव होता. त्यांचं आंदोलन त्यांनी अहिंसेच्या मार्गानंच केलं. दक्षिण आफ्रिकेत नेल्सन मंडेला नावाचे त्यांचे अध्यक्ष होऊन गेले. आयुष्यातील २४ वर्षं त्यांनी तुरुंगात घालवली. गांधींच्या तत्त्वांचा आणि जीवनपद्धतीचा त्यांच्यावर इतका प्रभाव होता, की त्यांनी कधीच आपलं आंदोलन हिंसक होऊ दिलं नाही.

गांधीजींनी पहिला सत्याग्रह दक्षिण आफ्रिकेत केला. सत्याग्रहाचं शस्त्र ही गांधीजींकडून मानवी समाजाला मिळालेली मौलिक देणगी आहे, असं मला वाटतं. आत्मबलानं माणूस काय साध्य करू शकतो, याचं हे उत्तम उदाहरण आहे. मी दुसऱ्याला त्रास देत नाही, स्वत:लाच क्लेश देतोय, मी उपोषण करतोय, त्यानं मलाच त्रास होतोय, हे एका आध्यात्मिक साधनेचं सार्वजनिकीकरण आहे, असं मला वाटतं. जसं 'योगा'चं सार्वजनिकीकरण रामदेवबाबांनी केलं. रामदेवबाबांच्या आधीदेखील योग इथे प्रचलित होता. पण त्याला सार्वजनिक, भव्य स्वरूप रामदेव बाबांनी मिळवून दिलं, असं मला वाटतं. तसंच सत्याग्रह, आत्मिक बळ वाढवण्याच्या गोष्टींना सार्वजनिक स्वरूप देणं आणि सर्वसामान्यांच्या मनात 'अन्यायाविरोधात लढण्यासाठी मी दुबळा नाही, माझ्यातही ताकद आहे,' ही जाणीव करून देण्याचं काम गांधीजींनी केलं आहे, असं मला वाटतं. साधी साधी शस्त्रं त्यांनी दिली. सूतकताई हे साधं काम असलं, तरी त्याला बरेच श्रम लागतात. ते रोज केलं पाहिजं, असं बंधन घातलं. गांधीजींच्या सांगण्यानं हजारो लाखो लोक सूतकताईच्या कामाला लागले. स्वच्छता, साधी राहणी लाखो लोकांनी त्यांची ही मूल्यं आत्मसात केली.

दोन विषय या पुस्तकात येत आहेत का नाही, याबाबत मला विशेष उत्सुकता होती. पहिला विषय म्हणजे भारताची फाळणी. फाळणीचा विषय एका प्रकरणात घेण्यात आला आहे. गांधीजींना फाळणीसाठी लेखक दोष देत नाही. 'माझ्या देहाचे दोन तुकडे करा, पण मी माझ्या देशाचे दोन तुकडे होऊ देणार नाही', असं म्हणणाऱ्या गांधीजींना आपल्या हयातीत देशाची फाळणी पाहावी लागली. ही अपरिहार्यता होती, असं लेखकाचं मत आहे. 'बोले तैसा चाले' अशा प्रकारचं गांधीजींचं आयुष्य होतं. त्यांच्या आयुष्यातील हा एकच प्रसंग असा आहे, जे ते बोलले ते करू शकले नाहीत. हे प्रकरण खरोखरच सविस्तर वाचण्यासारखं आहे.

दुसरा उत्सुकतेचा विषय होता तो म्हणजे गांधीहत्या. हा अत्यंत संवेदनशील विषय आहे. हा विषयदेखील लेखकानं अत्यंत संवेदनशीलपणे हाताळला आहे. गांधी हत्या आणि फाळणीबाबतचे दोन उतारे मी मुद्दाम आपल्यासमोर सादर करू इच्छितो.

'नथुरामच्या एका गोळीने सर्व हिंदुत्ववादी चळवळ प्रचंड बदनाम झाली.

सर्व हिंदुत्ववादी चळवळीला ५० वर्षं त्याने मागे खेचले. नथुरामच्या दुसऱ्या गोळीने स्वातंत्र्यवीर सावरकरांसारख्या महापुरुषाला बदनाम केले. त्याच्या तिसऱ्या गोळीमुळे राष्ट्रीय स्वयंसेवक संघाला बंदीच्या दिव्यातून जावे लागले. यामुळे नथुराम गोडसेच्या कृतीचे कोणत्याही प्रकारे आणि कोणताही युक्तिवाद करून समर्थन करता येत नाही. ही कृती अयोग्य होती, असेच म्हणता येते.'

रमेश पतंगे यांच्या संदर्भातली माझी आवडती गोष्ट म्हणजे त्यांच्या बोलण्यात, लिखाणात ते कोणतीही चतुराई किंवा चलाखी करत नाहीत. जसे ते स्पष्टवक्ते आहेत, तसेच सर्व स्पष्टपणे मांडणारे लेखकसुद्धा आहेत. जे मनात आहे, जे मनाला भावलं, तेच त्यांनी पुस्तकात लिहिलं आहे. गांधींना ३ गोळ्या गोडसेनं मारल्याचं लिहिलं जातं. पण पोस्टमॉर्टेममध्ये त्यांच्या शरीरातून ४ गोळ्या निघाल्या. मग ही चौथी गोळी कुणी मारली, असा स्पष्ट सवाल पतंगे उपस्थित करतात.

फाळणीबाबत ते लिहितात, 'देशाच्या फाळणीसाठी महात्मा गांधींना जबाबदार धरता येणार नाही, ज्याप्रमाणे देशाचं स्वातंत्र्य केवळ महात्मा गांधींमुळे मिळाले, हे वाक्य त्याच्या शब्दार्थाने घेता येत नाही. दुसऱ्या महायुद्धात जपानने इंग्रजांचे कंबरडे मोडले, नेताजी सुभाषचंद्र बोस यांच्या आझाद हिंद सेनेने देशात स्वातंत्र्याची भावना मशालीसारखी ज्वलंत केली. ज्या सैन्याच्या बळावर इंग्रज राज्य करीत होते, ते देशी सैन्य इंग्रजांशी एकनिष्ठ राहणार नाही, अशी स्थिती निर्माण झाली. देशातील जनता आणि सैन्य आपल्याला लाथ मारून हाकलून लावतील, ही नामुष्की टाळण्यासाठी इंग्रजांनी भारताला स्वतंत्र करण्याचा निर्णय घेतला', हे रमेश पतंगे स्पष्टपणे मांडतात.

हा उतारा मुद्दाम इथे देण्यात आला आहे. स्वातंत्र्य कुणी दिले? हा प्रश्न अनेकांच्या मनात असतो. फाळणी कशी झाली, कोणी केली? हा प्रश्न असतो. गांधी हत्या हा संवेदनशील विषय आपल्या मनात असतो. लेखक या सर्व विषयांना न्याय देण्यात यशस्वी झाले आहेत, असं मला वाटतं. प्रत्येकाकडे हे पुस्तक असलं पाहिजं, असं मला वाटतं. माझ्या कार्यालयात येणाऱ्यांचं स्वागत पुष्पगुच्छानं न करता हे पुस्तक देऊन करण्याचं मी ठरवलं आहे.

एक गोष्ट मला सांगावीशी वाटते, की आपण महापुरुषांना तीन गोष्टींमध्ये (Three P's) बंदिस्त केलं आहे. एक त्यांना पुस्तकामध्ये बंद केलं आहे. त्यांना प्रतिमेमध्ये बंदिस्त केलं आहे. महापुरुषाचा फोटो लावला म्हणजे आपली जबाबदारी संपली. त्यांना पुतळ्यात बंद केलं आहे. पुतळा उभारण्यासाठी एवढा उत्साह असतो. पण त्याच्या १० टक्केही उत्साह त्या महापुरुषाचे विचार समजून घेण्यासाठी नसतो. पुस्तक, प्रतिमा आणि पुतळ्यात आपण महापुरुषांना बंदिस्त

केलं आहे. यातून आपल्याला त्यांना बाहेर काढायचं आहे.

मी नेहमी एक त्रिसूत्री सांगत असतो. अन्न, वस्त्र, निवारा ही त्रिसूत्री आपल्या सर्वांना माहीत आहे; पण अन्न, वस्त्र, विचार ही नवी त्रिसूत्री मला सांगावीशी वाटते. तुम्हांला जर एखाद्या व्यक्तीला एका दिवसासाठी मदत करायची असेल, तर त्याला अन्न द्या, ते त्याची दिवसभराची गरज भागवू शकेल. एखाद्याला वर्षभरासाठी मदत करायची असेल, तर त्याला वस्त्र द्या, ते त्याची वर्षभरासाठी गरज भागवेल. पण एखाद्याला आयुष्यभरासाठी मदत करायची असेल, तर त्याला विचार द्या. तो विचार त्याला आयुष्यभर पुरेल. अशी अन्न, वस्त्र, विचार ही त्रिसूत्री आहे. म्हणून हे पुस्तक एक विचार आहे. गांधी ही एक व्यक्ती नसून गांधी हा एक विचार आहे. हा विचार या पुस्तकाच्या माध्यमातून आपण घेतला पाहिजे. या पुस्तकाचं जास्तीत जास्त प्रसारण आणि वितरण करायला हवं. रमेश पतंगे यांचं माझ्यावर खूप प्रेम आहे. त्यांनी माझी निवड या पुस्तक-प्रकाशनासाठी केली, हा माझा मोठा सन्मान आहे. माझी योग्यता नसली, तरी त्यांनी दाखवलेल्या प्रेमाबद्दल मी त्यांना धन्यवाद देतो, की त्यांनी या योग्यतेचं मला समजलं.

रमेशजींना दोन सूचना मला कराव्याशा वाटतात. पुस्तक वाचतानाच त्या सूचना माझ्या डोक्यात आल्या आहेत. पहिली सूचना अशी आहे, की गांधीजींनी पंडित जवाहरलाल नेहरू यांना आपला राजकीय वारस म्हणून निवडलं. काँग्रेसनं आपल्या सभेत सभागृह नेता म्हणून सरदार वल्लभभाई पटेल यांना निवडलं होतं. पटेल पंतप्रधान होणार होते. पण पटेल पंतप्रधान का झाले नाहीत, कारण गांधीजींनी नेहरूंना नेता निवडलं आणि नेहरू पंतप्रधान झाले. ती काय अपरिहार्यता होती, जी जगासमोर आजपर्यंत आली नाही. गांधीजींनी पटेलांऐवजी नेहरूंना का निवडलं? यावर एक पुस्तक होऊ शकतं, असं मला वाटतं. या सूचनेवर रमेशजी यांनी जरूर विचार करावा.

दुसरी सूचना म्हणजे एक विषयच आहे. अनेकांच्या तोंडून आपण ऐकतो, की नेहरूंऐवजी पटेल पंतप्रधान झाले असते, तर आपल्या देशाचा इतिहास हा वेगळा झाला असता. कलम ३७० रद्द करण्याची पाळी आपल्यावर आली नसती. मित्रहो, ५६८ संस्थानं ज्या माणसानं विलीन केली, त्याला आणखी एक काश्मीरचं संस्थान विलीन करायला किती दिवस लागले असते? जास्तीतजास्त २ ते ५ दिवस लागले असते. पण ३७० कलम निर्माण झालं आणि आपल्याला ते रद्द होण्यासाठी ७० वर्षं वाट पाहावी लागली. म्हणून नेहरूंऐवजी पटेल जर पंतप्रधान असते, तर आजचा भारत कसा असता? या विषयावर कादंबरी होऊ शकते. वास्तविक गांधींची तत्त्वं नेहरूंच्या व्यक्तिमत्त्वाशी कुठेच जुळत नव्हती. ग्रामस्वराज्य, गावांचा विचार हे गांधीजींचं धोरण होतं; तर नेहरूंच्या धोरणात

भव्यदिव्य कारखाने होते. नेहरूंची राहणी गांधीजींसारखी साधी नव्हती. म्हणूनच गांधीजींनी नेहरूंना कोणत्या परीक्षेनं आपला राजकीय वारस निवडलं? की ती-सुद्धा त्यांची एक राजकीय अपरिहार्यता होती, याचा अभ्यास झाला पाहिजे, असं मला वाटतं, म्हणून या दोन सूचना मी करीत आहे.

पुस्तकात संघबंदीचा विषय आलेला आहे. गांधीजींची हत्या ३० जानेवारी १९४८ रोजी झाली आणि ५ फेब्रुवारी १९४८ ला संघावर बंदी आणली गेली. गांधीहत्येचा जो खटला चालला, त्यात नऊ नावं होती. त्या नावांमध्ये स्वातंत्र्यवीर सावरकरांचं नाव होतं, गोडसेचं नाव, आपटेचं नाव, बडगेचं नाव अशी नावं त्यात होती. पण राष्ट्रीय स्वयंसेवक संघाचं नाव त्या खटल्यात नव्हतं. संघाच्या कुठल्या अधिकाऱ्याचं, स्वयंसेवकाचं, कार्यकर्त्याचं कोणाचंही नाव त्या खटल्यात नव्हतं. संघाच्या कोणत्याही अधिकाऱ्याला, स्वयंसेवकाला न्यायालयात जबाबासाठी बोलावलं गेलं नाही. त्या खटल्याचा निकाल जेव्हा लागला, तेव्हा त्याच्या निकालपत्रामध्ये असं सांगितलं आहे, की स्वातंत्र्यवीर सावरकरांचा या हत्येशी संबंध होता, असं सिद्ध करता येत नाही. म्हणून त्यांची निर्दोष मुक्तता करण्यात आली आहे. बाकीचे जे होते त्यांच्यातील दोघांना फाशीची शिक्षा सुनावली. इतर सहा जणांना आजन्म कारावासाची शिक्षा सुनावण्यात आली.

त्या खटल्याशी संघाचा दूरान्वयानंही संबंध नसताना, गांधीहत्येला संघ जबाबदार आहे, असं समजून पंडित जवाहरलाल नेहरूंनी गांधीहत्या झाल्याच्या पाचव्या दिवशी संघबंदी आणली, याचं कारण काय? याचं लेखकानं चांगल्या प्रकारे विश्लेषण केलं आहे. हे सर्व राजकारण होतं, संघावरील आरोपांमध्ये कोणतंच तथ्य नव्हतं. त्यांचे वारस आजही गांधीहत्येला संघ जबाबदार होता, असं सांगत आहेत. पण संघाचा गांधीहत्येशी दूरान्वयानंही संबंध नव्हता. हे धादांत खोटं आहे, राजकारण आहे, असं या पुस्तकात स्पष्टपणे नमूद करण्यात आलं आहे. संघ मोठा होतोय, हे पंडित नेहरूंना तेव्हाच कळत होतं. संघाला आताच दाबलं नाही, तर पुढे आपल्याला त्रास होण्याची शक्यता आहे. त्या घटनेचे विकृत पडसाद आपल्या समाजावर पडले. पंतप्रधान म्हणून आपलं राजकारण निर्धास्तपणे करण्यासाठी नेहरूंना १५ वर्षं मिळाली. त्याचवेळी अनेकांचे संसार बेचिराख झाले. हा एक राजकारणाचा भाग होता.

गांधीजींनी देशाला स्वातंत्र्य मिळाल्यानंतर म्हटलं होतं की, 'आता आपल्याला स्वातंत्र्य मिळालं असून काँग्रेसचं जे काम होतं ते संपलेलं आहे. त्यामुळे आता काँग्रेस विसर्जित करायला हवी.' पण तेव्हा कुणीही ऐकण्याच्या मनस्थितीत नव्हतं. १५ ऑगस्ट १९४७ च्या मध्यरात्री जेव्हा तिरंगा झेंडा लाल किल्ल्यावर चढत होता, स्वातंत्र्याचा उत्सव साजरा केला जात होता, त्या क्षणी महात्मा गांधी

कुठे होते? असा प्रश्न विचारला जातो. महात्मा गांधी बंगालमध्ये नोआखली येथे भडकलेल्या जातीय दंगली शमवण्यासाठी गेले होते. म्हणजे माणसा-माणसांमधील विद्वेष शमवण्याचं काम ते करीत होते. आणि इकडे वेगळंच वातावरण होतं. गांधींची इच्छा होती, की काँग्रेस संपवली पाहिजे. नेहरूंचे जे पणतू आहेत, त्यांनी हे काम केलं असल्याचं मला वाटतं. काँग्रेस संपवण्याबाबत कोणतंही काम शिल्लक राहिलेलं नाही. पुस्तक वाचल्यानंतर माझं म्हणणं एवढंच आहे, की हे पुस्तक संग्रही ठेवण्यासारखं आहे. आपण अवश्य वाचावं. या ठिकाणी मला बोलावलंत, आदर केलात, मानसन्मान दिलात, यासाठी मी आपला आभारी आहे. धन्यवाद!

■

(रमेश पतंगे लिखित 'गांधी समजून घेताना' या पुस्तकाच्या प्रकाशन समारंभातील भाषण, दि. १ ऑक्टोबर २०१९, स्थळ : विक्रोळी, मुंबई.)

जगावं कसं? मरावं कसं?

हार मानणं ही आपली सर्वांत मोठी कमजोरी आहे. यशस्वी होण्याचा सर्वांत खात्रीचा मार्ग म्हणजे नेहमी पुन्हा प्रयत्न करणं.

– थॉमस एडिसन

कार्यक्रमानिमित्त उपस्थित असलेले नवी मुंबईचे आमदार गणेश नाईक, या संस्थेचे अध्यक्ष आणि माझे मित्र चंद्रकांत पाटील, मंचावर उपस्थित मान्यवर, शिक्षक आणि विद्यार्थी बंधुभगिनींनो.

मी तुम्हांला दोन शास्त्रज्ञांच्या दोन गोष्टी सांगणार आहे. यातील एका शास्त्रज्ञानं माणसानं जगावं कसं, हे शिकवलं आहे; तर दुसऱ्या शास्त्रज्ञानं माणसानं मरावं कसं, हे शिकवलं आहे. यातील एक शास्त्रज्ञ होता थॉमस अल्वा एडिसन. आपण नाव ऐकलं असेल एडिसनचं. एडिसननं इलेक्ट्रिक बल्बचा शोध लावला. हा थॉमस अल्वा एडिसन केवळ तिसऱ्या वर्गापर्यंत शिकला. तिसऱ्या वर्गात असताना तो मंदबुद्धी असल्यानं शिक्षिका त्याच्यावर रागावली, त्याच्या घरी आईला एक चिठ्ठी पाठवली, की (Tom is not suitable to this school. Take him out of this school) 'टॉम या शाळेत शिकण्यास पात्र नसून त्याचं नाव शाळेतून कमी करून घ्यावं.' त्या चिठ्ठीचा त्याच्या आईला प्रचंड राग आला. थॉमसची आई ती चिठ्ठी आणि थॉमसला घेऊन शाळेत गेली. ज्या शिक्षिकेनं ती चिठ्ठी लिहिली होती, त्या शिक्षिकेला टॉमची आई रागावली. 'माझ्या टॉमचा तू अशा प्रकारे अपमान केलास! त्याला तर मी घरी नेणारच आहे, पण मी तुला आत्मविश्वासानं सांगते, टॉम या शाळेसाठी योग्य नाही, असं नसून मी म्हणते, ही शाळाच माझ्या टॉमसाठी योग्य नाही. (It is not that Tom is not suitable to your school, I say that your school is not suitable for my Tom.) आता मी स्वत: त्याला शिकवणार आणि त्याचं

कधीही हार मानू नका!

एडिसनच्या आयुष्यातून आपल्याला एक गोष्ट शिकायला मिळते. ती म्हणजे (Never Give Up!) कधीही हार मानू नका! एखाद्या गोष्टीत एक-दोन वेळा अपयश आलं, की आपण ती गोष्ट सोडून देतो. थॉमस एडिसननं दहा हजार वेळा अपयश येऊनही आपलं काम सोडल नाही. एडिसन ६० वर्षांचा असताना त्याच्या प्रयोगशाळेला आग लागली. हे सांगण्यासाठी कुणीतरी त्याला निरोप दिला, की 'तुझ्या प्रयोगशाळेला आग लागली आहे, तू लवकर ये.' घटनास्थळी येऊन एडिसन आपली जळणारी प्रयोगशाळा पाहत होता. एकानं त्याला प्रश्न विचारला, की 'तू आता काय करणार? तुझ्या मनात काय भावना आहेत?' यावर एडिसन म्हणाला, की 'देव महान आहे, त्यानं माझ्या सर्व चुका जाळून टाकल्या.' (God is great! He has burned all my mistakes). त्याच्या मनात नकारात्मकता, निराशा, राग अशा कोणत्याच भावना आल्या नाहीत.

शिक्षण पूर्ण करणार.' मित्रहो, थॉमसचं पुढचं शिक्षण त्याच्या आईनं पूर्ण केलं. याच थॉमसनं नंतर शेकडो शोध लावले.

त्यांतला एक होता तप्त झाल्यावर प्रकाशमान होणारा विद्युत दिवा (Incandescent Electric Bulb). या बल्बचा शोध लावताना त्याला दहा, वीस, शंभर नाही, तर तब्बल दहा हजार वेळा अपयश आलं. तरीसुद्धा प्रत्येक वेळी ही वायर बदल, हा सेल बदल, ही बॅटरी बदल, अशा प्रकारे बदल करून दहा हजार वेळा अपयश पदरात पडल्यानंतरही चिकाटीनं त्यानं तो प्रयोग शेवटी सिद्ध करून दाखवला. त्यामुळे (Electric Bulb) विद्युत दिवा आपल्याला मिळाला.

एडिसनच्या आयुष्यातून आपल्याला एक गोष्ट शिकायला मिळते. ती म्हणजे (Never Give Up!) कधीही हार मानू नका! एखाद्या गोष्टीत एक दोन वेळा अपयश आलं की आपण ती गोष्ट सोडून देतो. थॉमस एडिसननं दहा हजार वेळा अपयश येऊनही आपलं काम सोडलं नाही. एडिसन ६० वर्षांचा असताना त्याच्या प्रयोगशाळेला आग लागली. हे सांगण्यासाठी कुणीतरी त्याला निरोप दिला, की 'तुझ्या प्रयोगशाळेला आग लागली आहे, तू लवकर ये.' घटनास्थळी येऊन एडिसन आपली जळणारी प्रयोगशाळा पाहत होता. एकानं त्याला प्रश्न विचारला, की 'तू आता काय करणार? तुझ्या मनात काय भावना आहेत?' यावर एडिसन म्हणाला, की 'देव महान आहे, त्यानं माझ्या सर्व चुका जाळून टाकल्या.' (God is great! He has burned all my mistakes). त्याच्या मनात नकारात्मकता, निराशा, राग अशा कोणत्याच भावना आल्या नाहीत.

त्यानं नव्यानं सुरुवात केली आणि एका महिन्यात फोनोग्रामचा शोध लावला. या माणसानं आपल्याला जगावं कसं, हे शिकवलं. कधीही हार मानू नका! हे जगण्याचं तंत्र त्यानं आपल्याला शिकवलं.

दुसऱ्या शास्त्रज्ञानं आपल्याला शिकवलं, की मरायचं कसं? या शास्त्रज्ञाचं नाव होतं अल्फ्रेड नोबेल. नोबेल पुरस्काराबद्दल आपण ऐकलं आहे. पण हा अल्फ्रेड नोबेल कोण होता? तर अल्फ्रेड नोबेल नावाच्या या शास्त्रज्ञानं शोध लावला होता, डायनामाइटचा म्हणजे ज्याचा स्फोटक म्हणून वापर केला जातो, त्या ट्रायनायट्रोटोल्यूइनचा. याचा शोध खूप यशस्वी झाला. त्यानं या डायनामाइटची निर्मिती सुरू केली. जगभर त्याची विक्री झाली. अमाप संपत्ती नोबेलनं कमावली. नोबेलनं पैसा तर कमावला; पण त्याच्या शोधाचा उपयोग युद्धासाठी झाला. डायनामाइटमुळे लाखो लोक मारले गेले. आपण मेल्यानंतर लोक काय म्हणून आपली आठवण काढतील, म्हणून त्यानं एकदा वृत्तपत्रात स्वतःच्या निधनाची बातमी छापून आणली. तो घरात सुखरूप होता आणि दुसऱ्या दिवशी वृत्तपत्रं आपल्याबद्दल काय लिहितात, याची प्रतीक्षा करीत होता. लोक आपली आठवण कशी ठेवतील, हे त्याला पाहायचं होतं. दुसऱ्या दिवशीच्या वृत्तपत्रांमध्ये मथळे आले, की तो मृत्यूचा व्यापारी होता, (He was a merchant of Death). लाखो लोकांच्या मृत्यूस कारणीभूत ठरणाऱ्या डायनामाइटमुळे तो श्रीमंत झाला होता. या बातम्या जेव्हा त्याला समजल्या, तेव्हा तो निराश झाला. लोकांनी आपली अशी आठवण ठेवावी, हे त्याला मान्य नव्हतं. माझी अशी आठवण मी पुसून टाकणार. त्यानं डायनामाइटचा कारखाना बंद करून टाकला. त्याची विक्री बंद केली. डायनामाइटमुळे जेवढा पैसा कमावला होता, त्यातून एक विश्वस्त संस्था स्थापन केली. या विश्वस्त संस्थेमार्फत जगात जे लोक चांगलं काम करीत असतात, त्यांना पारितोषिकं देण्यास सुरुवात केली. तोच आजचा प्रतिष्ठित नोबेल पुरस्कार.

मित्रहो, या दोन शास्त्रज्ञांपैकी एकानं आपल्याला जगावं कसं, हे शिकवलं तर दुसऱ्यानं आपल्याला मरावं कसं, हे शिकवलं. मला वाटतं, या दोन्ही गोष्टी महत्त्वाच्या आहेत. विद्यार्थ्यांनी प्रदर्शित केलेले विज्ञानाचे प्रयोग मी पाहिले. प्रदर्शनाचा दुसरा दिवस असूनही, शेवट होत असूनही प्रयोग सादर करण्याचा मुलांचा उत्साह आम्हांला प्रेरणादायी वाटला. मित्रहो, असाच उत्साह नेहमी कायम ठेवा, नवनवीन प्रयोग करीत राहा. इथे प्रदर्शित केलेले सर्व प्रयोग आधुनिक होते. हे सर्व प्रयोग करता करता त्यातून खूप शिका, खूप मोठे व्हा. तुम्हांला खूप खूप शुभेच्छा. धन्यवाद!

जय हिंद! जय महाराष्ट्र! ■

(सामंत हायस्कूल, दि. २४ डिसेंबर २०१९, नवी मुंबई.)

शिवपुत्र संभाजी

वर्तमान परिस्थितीवर त्याचा काय प्रभाव पडणार, याची चिंता केल्याशिवाय इतिहासलेखकानं इतिहासाचं लेखन करायला हवं आणि त्यावेळची माहिती ही विशुद्ध आणि सत्य स्वरूपातच मांडावी.

– वि. दा. सावरकर

नमस्कार, अमरावतीच्या मातीला आणि लोकांना माझं त्रिवार वंदन. 'शिवपुत्र संभाजी' या महानाट्याला सर्वप्रथम शुभेच्छा. मित्रहो, इतिहास हा एक सामाजिक वारसा, सामाजिक संपत्ती आपल्याला पैतृक स्वरूपात मिळाली आहे. हा वारसा आपल्याला श्रीमंत करणारा आहे म्हणून आपल्याला इतिहास समजून घेणं गरजेचं आहे.

आपले पूर्वज पराक्रमी होते, आपला इतिहास हा पराक्रमाचा आहे, पराजयाचा नाही. छत्रपती शिवाजी महाराजांचा जीवनकाळ जेमतेम पन्नास वर्षांचा होता, छत्रपती संभाजी महाराजांचं आयुष्य केवळ ३२ वर्षांचं होतं आणि स्वामी विवेकानंद देखील ३२ वर्षं जगले. परंतु या महापुरुषांनी इतिहासावर आपली ओळख रेखांकित केली आहे. यांना विसरणं आपल्याला शक्य नाही आणि यांना विसरूही नये.

छत्रपती शिवाजी महाराज यांनी आपल्या संपूर्ण आयुष्यामध्ये देव, देश आणि धर्म यासाठी कसं जगावं, याचं शिक्षण दिलेलं आहे; तर छत्रपती संभाजी महाराज यांनी देव, देश आणि धर्म यासाठी कसं मरावं, याचं उदाहरण प्रस्तुत केलं आहे.

मित्रहो, अनन्वित अत्याचार सहन करूनही देव, देश आणि धर्माशी प्रतारणा त्यांनी कधी केली नाही. केवळ दोन वर्षांचे असताना त्यांच्या डोक्यावरून आईचं

छत्र हरपलं. छत्रपती शिवाजी महाराजांचा शेवट झाला, तेव्हा शंभू महाराज केवळ तेवीस वर्षांचे होते आणि वयाच्या बत्तिसाव्या वर्षी त्यांना मरण आलं.

एवढा पराक्रमी माणूस... त्यानं औरंगजेबाला २७ वर्षं उत्तरेत जाऊ दिलं नाही, महाराष्ट्रात कोंडून ठेवलं आणि औरंगजेबाचं दफनही या महाराष्ट्राच्या भूमीतच झालं. अशा या शंभू महाराजांचा इतिहास आपण समजून घेणं गरजेचं आहे. 'शिवपुत्र संभाजी' हे नाटक केवळ मनोरंजन किंवा वेळ घालवण्यासाठी बघू नका. आपला वारसा किती महान होता, आपण वीरपुत्र आहोत, याची जाणीव करून घेऊन स्वाभिमान बाळगण्यासाठी हे नाटक आहे. या महानाट्यातून आपण काय शिकायला हवं? शंभू महाराजांबद्दल जे काही गैर बोललं जातंय, ते आपण अजिबात सहन करता कामा नये. आपल्या इतिहासाची तोडफोड अनेकांनी केली आहे. ही इतिहासाची तोडफोड आपण सहन करता कामा नये. शंभू महाराजांना इतिहासानं न्याय दिला नाही, तो न्याय देण्याचं काम आपण केलं पाहिजे.

मित्रहो, आपला इतिहास आज शाळेतही शिकवला जात नाही. इतिहास आपल्याला माहीत असणं गरजेचं आहे. ज्यांचा इतिहास बलवान असेल, त्यांचं भविष्यदेखील बलवान असणार आहे. आपलं भविष्य कसं असणार, ते आपल्या इतिहासावर ठरतं.

जसं झाड किती उंच वाढणार, हे त्याची पाळंमुळं किती खोल गेली आहेत, यावरून ठरतं, त्याचप्रमाणे आपलं भविष्य किती उज्ज्वल असणार, हे आपल्या इतिहासाच्या महानतेवरून ठरतं. म्हणून हे ऐतिहासिक नाट्य आपण बघणं गरजेचं आहे.

देव, देश आणि धर्म यासाठी समर्पित असे शंभू महाराजांचं जीवन आहे. त्यांच्या जीवनातून, आपल्या इतिहासातून तुम्ही धडा घ्याल आणि आपल्या इतिहासाबद्दल तुम्ही अभिमान बाळगाल, एवढीच मी तुमच्याकडून अपेक्षा करतो. 'शिवपुत्र संभाजी' या महानाट्याला माझ्याकडून शुभेच्छा देतो. साईबाबांच्या चरणी प्रार्थना करतो, की हे महानाट्य घराघरात जावो. आपला ऐतिहासिक वारसा लहान-मोठ्यांपर्यंत पोहचो. त्यातून एक स्वाभिमानी पिढी घडो. धन्यवाद!

जय हिंद, जय महाराष्ट्र!

■

(अमरावती येथे आयोजित 'शिवपुत्र संभाजी' या महानाट्याच्या उद्‌घाटन प्रसंगीचे ऑनलाइन विचार. दि. ९ जानेवारी २०२०.)

आईचा हात सुटू देऊ नका...

देश मोठा झाला, तर आपण मोठं होणार.
म्हणून आपण जे काही करू, ते देश मोठा करण्यासाठी करू,
हा विचार नेहमी आपल्या मनामध्ये असायला हवा.

आदरणीय उज्ज्वला मॅडम, नलिनी हावरे मॅडम, न्यू सिटी स्कूलचे मुख्याध्यापक योगेश साळुंखे, व्यवस्थापक विश्वास सोनावणे, या ठिकाणी उपस्थित असलेला पालकवर्ग, शिक्षक आणि विद्यार्थी बंधुभगिनींनो.

आपणा सर्वांना प्रजासत्ताक दिनाच्या या पवित्र दिवशी माझ्याकडून हार्दिक शुभेच्छा. उज्ज्वला मॅडमनी सांगितल्याप्रमाणे आपल्या शाळेची कामगिरी कौतुकास्पद होती. दरवर्षी आपली कामगिरी चांगली होतेय, यावर्षी आपल्या शाळेची कामगिरी सर्वोत्तम होती. यासाठी मी सर्व विद्यार्थ्यांचं मन:पूर्वक अभिनंदन करतो. अशीच उत्तमोत्तम कामगिरी करीत राहा, यातून तुम्हांला खूप काही शिकायला मिळेल, आणि तुमच्या कामगिरीचा तुम्हांला अभिमान वाटेल.

आजच्या या प्रजासत्ताक दिनानिमित्त मी तुम्हांला काही सांगू इच्छितो. आपल्या देशाला आपण भारतमाता म्हणून संबोधतो म्हणजे आपल्या देशाला आपण आई म्हणतो. रोज प्रार्थनेच्या शेवटी आपण 'भारतमाता की जय' म्हणतो. भारत-मातेचा आपण जयजयकार करतो, आपल्या देशाला आपण आईचा दर्जा दिला आहे. कोणत्याही व्यक्तीच्या आयुष्यात सर्वांत जास्त महत्त्व आईला असते. आईची साथ सुटली, की मूल बैचेन होतं. अशाच एका लहान मुलाची गोष्ट मी तुम्हांला सांगणार आहे.

एकदा एक लहान मुलगा त्याच्या आईसोबत जत्रेत फिरायला गेला. प्रत्येक जत्रेप्रमाणे या जत्रेतही भाविकांची प्रचंड गर्दी होती, अनेक दुकानं होती, पाळणे होते. अशा या गर्दीत तो मुलगा त्याच्या आईचं बोट पकडून चालत होता. रस्त्यात दिसणारी वेगवेगळी दुकानं त्याचं लक्ष वेधत होती. तिथे एक फुग्याचं

दुकान त्याला दिसलं. मग तो मुलगा फुगा पाहिजे म्हणून आईकडे हट्ट धरू लागला. तो त्या दुकानासमोरच अडून बसला. तेव्हा त्याच्या आईनं त्याला समजावलं, की 'आधी आपण देवळात जाऊन देवाचं दर्शन घेऊ, त्यानंतर मी तुला फुगा घेऊन देईन.'

दोघंही पुढे निघाली, तिथे त्या मुलाला मिठाईचं दुकान दिसलं. मुलगा मिठाईसाठी हट्ट धरू लागला, 'मला मिठाई हवी आहे, जोपर्यंत मिठाई तू मला देत नाहीस, तोपर्यंत आपण पुढे जायचंच नाही.' तो मुलगा मिठाईच्या दुकानासमोरच अडून बसला. आईनं पुन्हा मुलाला समजावलं, की 'बाळा, आपण आधी देवाचं दर्शन घेऊ, मग मी तुला मिठाई घेऊन देईन.'

ती दोघं पुढे निघाली, तेवढ्यात त्या मुलाला खेळण्याचं दुकान दिसलं, तेथेही मुलगा अडून बसला आणि खेळण्यासाठी हट्ट करायला लागला. आईनं त्याला पुन्हा समजावलं, 'आपण देवाचं दर्शन घेऊ, मग तुला मी खेळणं घेऊन देते.'

मुलाची समजूत पटल्यावर ती दोघं गर्दीतून वाट काढीत चालू लागले. जत्रेत गर्दी भरपूर असल्यामुळे चालत चालत मुलाकडून आईचा हात सुटला. आई आणि मुलाची चुकामूक झाली.

मुलगा आईला शोधायला लागला. आईदेखील मुलाला शोधत होती. आई कुठेच दिसत नसल्यानं तो मुलगा रडू लागला. त्या मुलाला रडताना पाहून काही लोकांनी त्या मुलाची विचारपूस केली. तो मुलगा म्हणाला, 'मी आईचं बोट धरून चालत होतो, पण गर्दीमुळे माझ्याकडून माझ्या आईचं बोट सुटलं. मला माझी आई हवी आहे', असं बोलून तो मुलगा रडायला लागला. आता या मुलाचं रडणं कसं थांबवावं, हे त्या लोकांना कळत नव्हतं. ते लोकही त्या मुलाच्या आईचा शोध घेत होते. पण मुलाची आई काही दिसत नव्हती. शेवटी त्या मुलाचं रडणं थांबवण्यासाठी जमलेल्यापैकी एक माणसानं त्याला फुगा आणून दिला. तो माणूस म्हणाला, 'हे घे, बाळा, फुगा घे', मुलाने उत्तर दिले, 'मला फुगा नको, मला आई हवी आहे.' एका माणसानं त्याला मिठाई आणून दिली. तो म्हणाला, 'हे घे बाळा, मिठाई घे'. मुलानं उत्तर दिलं 'मला मिठाई नको, मला आई हवी आहे.' एका व्यक्तीनं त्याला खेळणं आणून दिलं. त्या मुलानं परत तेच उत्तर दिलं, 'मला खेळणं नकोय, मला आई हवी आहे.'

फुगा, मिठाई आणि खेळण्यासाठी तो मुलगा आधी रडत होता, पण आईचं बोट सुटल्यावर त्याच गोष्टी त्याला अप्रिय वाटत होत्या, त्यामध्ये त्याला आनंद मिळत नव्हता. त्याला फक्त त्याची आई हवी होती. म्हणूनच आयुष्यभर आईचं बोट धरून ठेवायला हवं. ते बोट कधी सुटू देऊ नका. आईचं बोट, आईची साथ

सुटलेली व्यक्ती बैचेन होते, सैरभैर होते. तिन्ही जगाचा स्वामी आईविना भिकारी. आईविना जगाचं आधिपत्य व्यर्थ आहे. म्हणून आई तिन्ही जगांतून श्रेष्ठ आहे. आपली सर्वांची आई म्हणजे आपली भारतमाता. भारतमाता म्हणजे आपला देश. आपल्या आयुष्यात आपल्याला सर्वांत महत्त्वाचा आपला देश असायला हवा. देश मोठा झाला, तर आपण मोठे होणार. म्हणून आपण जे काही करू, ते देश मोठा करण्यासाठी करू, हा विचार नेहमी आपल्या मनामध्ये असायला हवा. आपल्या आईचं बोट कधीच सुटायला नको, असं त्या गोष्टीतल्या मुलाला वाटत होतं, तसंच आपल्या या भारतमातेचं बोटदेखील आपण कधी सुटू द्यायचं नाही. आपल्याला आपल्या आईहून, भारतमातेहून, आपल्या देशाहून प्रिय कुणीही नाही.

मी पुन्हा एकदा तुम्हा सर्वांना प्रजासत्ताक दिनाच्या शुभेच्छा देतो. तुमच्या चांगल्या कामगिरीसाठी विद्यार्थ्यांचं, शिक्षकांचं, व्यवस्थापकांचं, मुख्याध्यापकांचं पुन्हा एकदा अभिनंदन करतो. धन्यवाद. जय हिंद! जय महाराष्ट्र!

(न्यू सिटी स्कूलच्या प्रजासत्ताक दिनी आयोजित केलेल्या कार्यक्रमात विद्यार्थ्यांना संबोधित करताना मांडलेले विचार. दि. २६ जानेवारी २०२०.)

■

पुस्तक आदान-प्रदान सोहळा

पुस्तक वाचल्यानं आपल्याला एकांतात चिंतन
करण्याची आणि आनंद घेण्याची सवय लागते.

– सर्वेपल्ली राधाकृष्णन

आजच्या या पुस्तक आदान-प्रदान सोहळ्याचे अध्यक्ष, 'महाराष्ट्र टाइम्स'चे संपादक आणि माझे मित्र आदरणीय अशोक पानवलकर, टिळक नगर शाळेचे अध्यक्ष श्रीकांत पावरी सर, आदरणीय महेश ठाकूर सर, 'पै फ्रेंड्स लायब्ररी'चे संस्थापक आणि प्रमुख पुंडलिक पै, त्याचप्रमाणे इथे उपस्थित असलेल्या सर्व बंधुभगिनींनो, या पुस्तक आदान-प्रदान कार्यक्रमाचं उदघाट्न झाल्याचं मी जाहीर करतो.

देशाला अनेक गोष्टी नव्यानं देण्याची ताकद डोंबिवली या शहरात आहे. नववर्ष शोभायात्रा ही तर डोंबिवलीचीच देन आहे. त्याचप्रमाणे पुस्तक आदान-प्रदान सोहळा ही डोंबिवलीनं देशाला दिलेली देणगी ठरेल. यासाठी मी डोंबिवलीकरांचं अभिनंदन करतो. डोंबिवलीकरांचं डोकं सुपीक आहे. त्यांच्या डोक्यात नवनवीन कल्पना जन्म घेतात. पुंडलिक पै यांनी मांडलेली ही एक अभिनव कल्पना आहे. ही कल्पना जेव्हा मी ऐकली, तेव्हा मला आनंद तर झालाच; त्याचबरोबर डोक्यात विचार आला, की ही स्टार्टअपची कल्पना आहे. यात स्टार्टअपची सर्व सूत्रं लागू होतात.

स्टार्टअप उद्योग, स्टार्टअप मंत्र वगैरे लोक बोलतात; पण अनेकांना स्टार्टअप म्हणजे नेमकं काय, हे माहीत नसतं. स्टार्टअपचे तीन मुख्य आयाम आहेत. पहिला म्हणजे हा उद्योग एका अभिनव कल्पनेवर आधारलेला असावा. त्याला तंत्रज्ञानाची जोड देता आली पाहिजे आणि तिसरा मुद्दा म्हणजे या उद्योगाची विस्तारक्षमता अमर्याद असायला हवी. स्टार्टअप उद्योगाचे हे तीन आयाम आहेत. हे तीन आयाम ज्या उद्योगाला लागू होतात, त्याला स्टार्टअप उद्योग म्हटलं जातं.

पुस्तक वाचण्यासाठी निवांतपणाची प्रतीक्षा करू नका!

संत ज्ञानेश्वरांनी 'ज्ञानेश्वरी' जेव्हा लिहिली, तेव्हा ते १६ वर्षांचे होते. वयाच्या २१व्या वर्षी त्यांनी समाधी घेतली. १६ वर्षांची व्यक्ती ६० वर्षांच्या व्यक्तीसाठी पुस्तक लिहील का? ज्ञानेश्वरी सेवानिवृत्तीनंतर वाचायचं पुस्तक आहे का? ज्ञानेश्वरी हे जीवनाची सुरुवात करताना वाचायचं पुस्तक आहे. श्रीभगवद्‌गीता ही रणभूमीत एका योद्ध्यानं दुसऱ्या योद्ध्याला सांगितली आहे. एखाद्या प्राध्यापकानं विद्यार्थ्याला उपदेश करावा, तसलं गीतेचं स्वरूप नाही. अशी ही गीता आचरणात आणायला हवी. त्यासाठी सेवानिवृत्तीची प्रतीक्षा करण्याची आवश्यकता नाही.

स्टार्टअप उद्योगाबद्दल माहिती देणारा एक दूरचित्रवाणीवरचा कार्यक्रम मी केला होता. या स्टार्टअपसाठी नवोद्योग हा मराठी शब्द मी दिला होता. स्टार्टअप विषयीच्या माझ्या पुस्तकातदेखील मी त्याला नवोद्योग म्हणून संबोधलं आहे.

मला वाटतं, की पुंडलिक पै यांनी डोंबिवलीपुरतं मर्यादित राहू नये, त्यांनी हा उपक्रम ऑनलाइन राबवून त्याला स्टार्टअपचं स्वरूप द्यायला हवं. असं केल्यास हा उपक्रम आणखी यशस्वी होईल, हा माझा विश्वास आहे.

मला असं वाटतं, की पुस्तक हा माणसाचा खरा मित्र आहे. पुस्तक कधीही आपल्याला दगा देत नाही. पुस्तक तुम्हांला कधी सोडून जात नाही. पुस्तकांचं

डोंबिवली येथील 'पै फ्रेंड्स लायब्ररी'ची स्थापना १९८६ साली श्री. पुंडलिक पै यांनी केली. जनमानसात वाचन संस्कृती टिकवण्याचं काम ही संस्था करत आहे. १०० पुस्तकांनी सुरू केलेल्या या लायब्ररीमध्ये आता साडेतीन लाखांहून अधिक पुस्तके आहेत. पुस्तकांसोबत लायब्ररीची सभासदसंख्याही वाढत गेली आहे. आज लायब्ररीचा विस्तार डोंबिवलीबरोबरच संपूर्ण मुंबई, पुणे आणि नाशिक शहरांत आहे. या शहरांमध्ये लायब्ररी वाचकांना घरपोच सेवा देते. वर्षभर फ्रेंड्स कट्टा, लेखक - बाल वाचक महोत्सव, पुस्तक आदान-प्रदान प्रदर्शन, दिवाळी अंक पूजन असे निरनिराळे उपक्रम लायब्ररी राबवत असते. युरोपमधील काही देशांत हिवाळ्यात वाचक आपली वाचून झालेली पुस्तकं घेऊन एखाद्या उद्यानात जमतात आणि आपापसात पुस्तकं बदलून घेतात, जेणेकरून आपली पुस्तकं इतरांना वाचायला मिळतील. भारतात पहिल्यांदा २०१७ साली पै फ्रेंड्स लायबरीनं पुस्तक आदान-प्रदान सोहळ्याचं आयोजन केलं. या प्रदर्शनाला वाचकांकडून उस्फूर्त प्रतिसाद मिळाला.

आणि माणसाचं अतूट असं नातं निर्माण होतं. एवढंच नाही, तर पुस्तकामध्ये तुमचं जीवन बदलून टाकण्याची शक्ती असते.

पुस्तक तुमचं आयुष्य कसं बदलू शकतं, याचं एक उदाहरण मी तुम्हांला देतो. एक तरुण सैन्यात असतो. त्याचं कमिशन संपल्यावर तो तरुण शहरात येतो. तिथल्या अनेक गोष्टींमुळे त्याला वैफल्य येतं. त्याच्या मनातील निराशा इतकी वाढते, की आपण काही उपयोगाचे नाही, असं त्याला वाटायला लागतं, मनात आत्महत्येचे विचार यायला लागतात. एकदम टोकाचं पाऊल उचलण्याचा निर्णय तो तरुण घेतो. तेव्हा दिल्लीच्या रेल्वे स्थानकावर पुस्तकांच्या एका दुकानात त्याला स्वामी विवेकानंद यांचं 'कर्मयोग' नावाचं पुस्तक दिसतं. तो तरुण ते पुस्तक वाचतो आणि त्या पुस्तकानं तो झपाटला जातो. आत्महत्येचा विचार तो मनातून काढून टाकतो. आपलं जीवन सार्थकी लागलं पाहिजे, असा विचार तो करू लागतो. त्या तरुणाचं नाव असतं - अण्णा हजारे!

अण्णा हजारे यांनी त्यांच्या चरित्रामध्ये हा प्रसंग लिहिला आहे. यातून सिद्ध होतं, की माणसाच्या आयुष्यात आमूलाग्र बदल घडवून आणण्याची ताकद पुस्तकांमध्ये आहे. पण पुस्तक वाचायचं म्हटलं, की लोक वेळ नसल्याची सबब पुढे करतात. 'आता वेळ नाही मिळत, सेवानिवृत्तीनंतर वाचू', असे संकल्प सोडतात. पण पुस्तक वाचायला वेळेची गरज नसते, पुस्तक वाचायला आवड असायला हवी. आवड असेल, तर वेळ माणूस केव्हाही काढू शकतो.

संत ज्ञानेश्वरांनी 'ज्ञानेश्वरी' जेव्हा लिहिली, तेव्हा ते १६ वर्षांचे होते. वयाच्या २१व्या वर्षी त्यांनी समाधी घेतली. १६ वर्षांची व्यक्ती ६० वर्षांच्या व्यक्तीसाठी पुस्तक लिहील का? ज्ञानेश्वरी निवृत्तीनंतर वाचायचं पुस्तक आहे का? ज्ञानेश्वरी हे जीवनाची सुरुवात करताना वाचायचं पुस्तक आहे. श्रीभगवद्गीता ही रणभूमीत एका योद्ध्यानं दुसऱ्या योद्ध्याला सांगितली आहे. एखाद्या प्राध्यापकानं विद्यार्थ्याला उपदेश करावा, तसलं गीतेचं स्वरूप नाही. अशी ही गीता आचरणात आणायला हवी. त्यासाठी सेवानिवृत्तीची प्रतीक्षा करण्याची आवश्यकता नाही.

अशा पुस्तकांशी आपलं नातं जुळायला हवं. माझं पुस्तकांशी असंच सहज नातं जुळलं आहे. माझं स्वतःचं ग्रंथालय आहे. त्यात जवळपास तीन हजार पुस्तकं आहेत. सुधीर जोगळेकर सरांनी माझ्या कार्यालयाला भेट दिली आहे. माझी केबिन पुस्तकांनी भरलेली आहे, त्यात वेगवेगळ्या विषयांची पुस्तकं आहेत. पुस्तकं वाचावीत, लिहावीत, चाळावीत, भेट द्यावीत, असं माझं धोरण आहे.

महिन्याचा किराणा माल जसा आपण आणतो, तेव्हा आपल्या पोटापाण्याचा

विचार आपण करतो. तसंच डोक्याला खाद्य म्हणून दर महिन्याला एखादं पुस्तक विकत घेण्याची सवय लावून घ्या. मला वाटतं, किराणा मालाच्या दुकानात पुस्तकंदेखील विक्रीसाठी ठेवायला हवीत. सामानाच्या यादीसह त्या दुकानदाराला पुस्तकाचं नावही द्यायचं म्हणजे दर महिन्याला आपल्याकडे पुस्तकं येतील. पुस्तकं घरी आली, की घरातील लहान मुलं पुस्तकं पाहतील, ती चाळतील, त्यातील गोष्टी तुम्हांला विचारतील. या गोष्टींची ओळख आपण मुलांना करून देणं गरजेचं आहे. पुस्तकांशी आपुलकीचं, प्रेमाचं, मैत्रीचं नातं निर्माण होतं. आपल्याशी पुस्तकांचं जडलेलं नातं हे आपल्या मुलांशी होतं, मग नातवंडांशी होतं. यातून पिढ्यापिढ्यांचं एक नातं निर्माण होतं. म्हणून मी म्हणतो, की पुस्तक हा माणसाच्या आयुष्यातील खरा मित्र आहे. आताची पिढी अशीच आहे, तशीच आहे, अशा प्रकारे त्यांच्यावर टीका करून किंवा त्यांना नावं ठेवण्यात काही अर्थ नाही. अशाच प्रकारच्या गोष्टी आपल्या आधीच्या पिढीमध्ये बोलल्या गेल्या आहेत आणि नंतरच्या येणाऱ्या पिढीमध्येदेखील बोलल्या जाणार आहेत. म्हणून कुणाला नावं ठेवून काही उपयोग नाही. प्रत्येकजण आपापल्या पिढीनुसार वागतो.

मीदेखील काही पुस्तकं लिहिली आहेत. माझं पहिलं पुस्तक होतं, 'उद्योग तुमचा, पैसे दुसऱ्याचा'. उद्योग क्षेत्रातील १८ वर्षांच्या अनुभवातून मला असं जाणवलं, की खूप लोकांची उद्योग करण्याची इच्छा आहे. पण हे लोक क्षुल्लक कारणांमुळे अडून राहिले आहेत. अनेकांची अडचण म्हणजे भाषा. मला इंग्रजी येत नाही, मी उद्योग कसा करणार? मी खेड्यात राहणारा आहे, मला उद्योग कसा जमणार? मी अमुक जातीचा आहे, मी कसा काय उद्योग करणार? अशा अनेक शंकांमुळे लोक अडले आहेत. लोकांची सर्वांत मोठी समस्या आहे पैसा. माझ्याकडे पैसा नाही, माझ्या वाडवडलांनी काही मोठी संपत्ती सोडली नाही, तर मी उद्योग कसा काय करणार? माझ्या वाडवडलांनी जर माझ्यासाठी संपत्ती सोडली असती, तर मी उद्योग केला असता... अशा सबबी अनेक लोकांकडून ऐकायला मिळतात. उद्योगविश्वाचा अभ्यास केल्यांनतर मी अशा निष्कर्षावर पोहोचलोय की, उद्योग करण्यासाठी पैसे लागत नाहीत, उद्योग करायला वृत्ती लागते.

याची दोन उदाहरणं मी तुम्हांला देतो. भारताची फाळणी झाल्यानंतर सिंधी समाज भारतात आला. हे लोक जेव्हा भारतात आले, तेव्हा पैसा, मालमत्ता, संपत्ती काहीच घेऊन आले नाहीत. पण आज मला एक तरी सिंधी व्यक्ती दाखवा, जी नोकरी करते आहे. प्रत्येक सिंधी व्यक्ती उद्योग करतेय, व्यापार करतेय, व्यवसाय करतेय. या लोकांकडे हे सर्व आलं कुठून? हे त्यांच्या वृत्तीत होतं म्हणून आलं. त्यांना वडिलोपार्जित संपत्ती नाही मिळाली, वृत्ती मिळाली

आहे. म्हणून मी म्हणतो, उद्योग करण्यासाठी पैसा लागत नाही. पारशी लोकसुद्धा भारतात काहीच घेऊन आले नाहीत. इथल्याच गोष्टीवर आधारून त्यांनी उद्योग उभे केले. त्या लोकांमध्ये ती वृत्ती होती म्हणून त्यांना ते उद्योग उभे करता आले.

उद्योग करण्यासाठी वृत्ती गरजेची आहे, संपत्ती नाही, हे जेव्हा माझ्या लक्षात आलं, तेव्हा आतून एक आवाज आला, की हे लोकांना सांगायला हवं. तेव्हा मी माझं पहिलं पुस्तक लिहिलं. सध्या तीन ते चार पुस्तकं मी लिहितोय. ही पुस्तकं देखील लोकांना यातील गोष्ट सांगायची गरज आहे, या भावनेतूनच लिहीत आहे. मला लेखक व्हायची हौस आहे, माझ्याकडे पैसा असल्यानं कुणीही माझं पुस्तक छापायला तयार होईल म्हणून मी पुस्तक लिहीत नाही.

मी नेहमीच पुस्तकाच्या दुकानांमध्ये जातो, दररोज एक तरी पुस्तक मी खरेदी करतो. माझ्या प्रत्येक दिवसाचा शेवट हा पुस्तकानंच होतो. पुस्तक वाचल्याशिवाय मी झोपत नाही. पुस्तक-वाचनाची मला मनापासून आवड आहे आणि म्हणूनच या कार्यक्रमात सहभागी होता आलं, याचा मला अभिमान आहे.

अशा कार्यक्रमांना प्रोत्साहन देण्याचं काम 'महाराष्ट्र टाइम्स' करीत आहे यासाठी मी त्यांचं विशेष अभिनंदन करतो. त्यांचं हे कार्य प्रशंसनीय आहे. अशा प्रकारच्या कार्यक्रमांना पाठिंबा देणं हे वृत्तपत्रांकडून अपेक्षित आहे, किंवा हे त्यांचं कामच आहे, पण सर्वच वृत्तपत्रं असं करीत नाहीत आणि म्हणूनच मी 'महाराष्ट्र टाइम्स'चं अभिनंदन करतो.

पै यांना मी पुन्हा एकदा शुभेच्छा देतो, तुम्ही लवकरात लवकर तुमचा उपक्रम ऑनलाइन सुरू करा. एकदा का जर तुम्ही ऑनलाइन काम करायला सुरुवात केलीत, की तुम्ही स्वतःच आश्चर्य व्यक्त कराल, की आपण याआधी ऑनलाइन का नाही गेलो? पुन्हा एकदा मी मित्रत्वाचा सल्ला देईन, तुमचा उपक्रम ऑनलाइन सुरू करा, त्यात यश आहे. धन्यवाद!

जय हिंद! जय महाराष्ट्र!

■

(डोंबिवली येथे आयोजित 'पुस्तक आदान-प्रदान सोहळा' प्रसंगीचं मार्गदर्शन.
दि. ७ एप्रिल २०२१)

लेखक परिचय

सुरेश हावरे हे प्रथितयश उद्योजक आणि उद्योगप्रेरणा देणारे प्रभावी वक्ते म्हणून परिचित आहेत. त्यांनी नागपूर विद्यापीठातून केमिकल इंजिनिअरिंगमध्ये बी.एससी.(टेक.) ही पदवी संपादित केली. भाभा ॲटॉमिक रिसर्च सेंटरमधून त्यांनी न्यूक्लिअर इंजिनिअरिंगमध्ये पदव्युत्तर शिक्षण पूर्ण केले. इतिहास या विषयात एम.ए. केले आणि 'ॲफोर्डेबल नॅनो हाउसिंग' या विषयासाठी मुंबई विद्यापीठाकडून पीएच.डी. (डॉक्टरेट) ही पदवी त्यांनी संपादन केली आहे.

नागपूर विद्यापीठाचे ते मेरिट स्कॉलर व इंजिनिअरिंगमधील सुवर्णपदक-विजेते आहेत. डिपार्टमेंट ऑफ ॲटॉमिक एनर्जीमध्ये त्यांनी २७ वर्षे वरिष्ठ अणुशास्त्रज्ञ म्हणून सेवा केली. न्यूक्लिअर इंजिनिअरिंगमधील त्यांचे ३७ शोधनिबंध नावाजलेल्या आंतरराष्ट्रीय नियतकालिकांमध्ये प्रसिद्ध झाले आहेत. व्हिएन्ना येथील 'आयएईए' या अणुशास्त्रातील सर्वोच्च संस्थेत भारतीय शास्त्रज्ञांच्या चमूचे नेतृत्व त्यांनी केले आहे.

याशिवाय गेली २५ वर्षे ते बांधकाम व्यवसायात कार्यरत आहेत. सध्या ते सुप्रसिद्ध हावरे उद्योगसमूहाचे नेतृत्व करीत आहेत.

विविध सामाजिक उपक्रमांमध्ये त्यांचे योगदान असते. त्यांना अनेक नामांकित राष्ट्रीय व आंतरराष्ट्रीय व्यावसायिक पुरस्कार मिळालेले आहेत. जे.एन.पी.टी.चे विश्वस्त म्हणूनही त्यांनी काम पाहिले आहे. आणि श्री साईबाबा संस्थान विश्वस्त व्यवस्था, शिर्डीचे ते अध्यक्ष राहिले आहेत. त्यावेळी त्यांना महाराष्ट्र राज्याचा राज्यमंत्री दर्जा प्रदान करण्यात आलेला होता.

गिर्यारोहण हा त्यांचा आवडीचा छंद आहे. एव्हरेस्ट बेस कॅंप व आयलॅंड-पीक वर त्यांनी चढाई केली आहे. तसेच अंटार्क्टिकाची साहसी फेरी त्यांनी पूर्ण केली आहे.

पत्ता : २३०५, हावरे इन्फोटेक पार्क, सेक्टर-३० वाशी,
नवी मुंबई (महाराष्ट्र), ४००७०५.
ईमेल : md@haware.in
भ्रमणध्वनी: ९८२१८६३३९७ (फक्त SMS/WA)

राजहंस प्रकाशन

* 9 7 8 9 3 9 5 4 8 3 2 2 3 *
FCW - #0104 - 061026 - C168 - 216/140/9 - PB - 9789395483223 - Gloss Lamination